பங்குக்கறியும் பின்னிரவுகளும்

புனைவில்லா எழுத்து

பவா செல்லதுரை

வம்சி

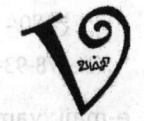

பங்குக்கறியும் பின்னிரவுகளும்: புனைவில்லா எழுத்து
ஆசிரியர் : பவாசெல்லதுரை

: © ஆசிரியருக்கு

முதற்பதிப்பு : ஜீலை 2018
நான்காம் பதிப்பு : ஆகஸ்ட் 2022
வெளியீடு : வம்சி புக்ஸ்
19, டி.எம்.சாரோன்,
திருவண்ணாமலை - 606 601
9445870995, 04175 - 235806
அச்சாக்கம் : மணி ஆப்செட், சென்னை - 600 077
விலை : ₹180/-
ISBN : 978-93-84598-58-7

Pangu karium Pinniruvkalum : Non Fiction Articles
Author : Bavachelladurai

: © Author

First Edition : July - 2018
Fourth Edition : August - 2022
Published by : Vamsi books
19.D.M.Saron,
Tiruvannamalai - 606 601
9445870995, 04175 - 235806
Printed by : Mani Offset, Chennai - 600 077
: ₹180/-
ISBN : 978-93-84598-58-7
www.vamsibooks.com - e-mail: vamsibooks@yahoo.com

தம்பி நா. முத்துக்குமாருக்கு...

மழையற்ற ஒரு நாளில்தான் இப்புத்தகமும் நிறைவு பெறுகிறது. நீண்ட நாட்களாய் ஒரு துளி மழைக்காய் காத்துக்கிடக்கிறோம். அவள் இரக்கமற்றவள். இப்புத்தகத்தை அச்சுக்கு அனுப்புவதன் மூலம் நானும் அவளை இன்று இரக்கமற்று நிராகரிக்கிறேன்.

எப்போதாவது மிகக்குறைவாக வசப்படும் புனைவும், புனைவுமல்லாத எழுத்துமே என் ஆதாரம், என் அப்பம், என் சரீரம்.

தொடர்ந்து எழுத்துக்கு மெனக்கெட முடியாமல் போகிறது. விவசாயம், பயணம், அலுவலகம், நண்பர்கள் இதற்கிடையேதான் எழுத்து

தொடர்ந்து வெறிகொண்டெழுதும் எழுத்தாளர்களைப் பார்க்கும் போதெல்லாம் ஆச்சர்யமாயிருக்கிறது.

எல்லாவற்றையும் மீறி என்னைச் சுற்றி எப்போதும் மனிதர்களே நிறைந்திருக்கிறார்கள். அவர்களே என்னை எப்போதும் நிறைக்கிறவர்களாவும், இயக்குபவர்களாகவும் இருக்கிறார்கள்.

என்ன காரணத்துக்காகவோ, இந்த 19.டி.எம். சாரோனை நோக்கி தினம் தினம் வருகிற புதிய மனிதர்கள் என்னைப் பரவசப் படுத்துகிறார்கள். எது அவர்களை இம்மையத்தை நோக்கி வரவழைக்கிறது என்பதே என் இன்றளவுமான ஆச்சரியம்.

அவர்களுடனான என் உரையாடல்கள் பல தொகுதிகளாக எழுதும் வல்லமைப்பெற்றவை. என் விடுபடல்களில் அதுவும் ஒன்று. என்றாவது ஒரு நாள் அவ்விதைகளும் இதேபோல் துளிர்விடலாம்.

எளிய அன்போடு
பவாசெல்லதுரை
9443222997
bavachelladurai.blogspot.com
bavachelladurai@gmail.com

1. காத்திருத்தல் 9
   ஓவியர் பாலசுப்ரமணியன்

2. மறுபடியும் முதலிலிருந்து ஆரம்பிக்கலாம் 18
   ஜெயமோகன்

3. சமஸ்தானத்தின் சிற்றரசர்கள் 24
   கோணங்கி

4. பேரன்பின் பெருமழை 33
   ராம்

5. கொங்கு நாட்டு எளிய சம்சாரி 40
   திரைக்கலைஞர் சிவக்குமார்

6. ஜீவிதம் மகா அற்புதமான ஒன்று 50
   தஸ்லீமா

7. ஆண்பால் பெண்பால் அன்பால் 55

8. தொடக்கமும் தொடர்ச்சியும் 68
   பிரபஞ்சன்

9. சமூகம் என்பது என்னையும் சேர்த்து ஐந்து பேர் 82
   பாரதிராஜா

10. நான்கு பருப்பு வடைகளும் நான்கு லட்ச ரூபாயும் 88
    நஜீப் குற்றிப்புரம்

11. உப்புக் கடலைக் குடித்த பூனை 93
   க.சீ.சிவக்குமார்

12. இன்னும் அந்தத் தீ அணைந்து விடவில்லை 101
   கோமதி

13. இரு சனாதனவாதிகளுக்கான ஓர் அஞ்சலி 107
   ஜெயலலிதா, சோ

14. மலையாள நவீன இலக்கியம் ஒரு சிறு அறிமுகம் 115
   தகழியிலிருந்து சந்தோஷ் வரை

15. உதிரிப்பூக்கள் 119
   மகேந்திரன்

16. ஆனைக்கட்டியிலிருந்து குற்றிப்புறம் வரை............123

17. பங்குக்கறியும் பின்னிரவுகளும்......................137

18. என் நான்கு வாசகர்கள்................................. 146

19. பெரியாரின் தெடர்ச்சி 153
   கலைஞர்

20. காலம் தவறவிட்ட பெருங்கலைஞன்..................... 161
   பிரபஞ்சன்

காத்திருத்தல்

ஓவியர் பாலசுப்ரமணியன்

நாம் நம் வாழ்நாளில் யாருக்காக அதிக நேரம் காத்திருந்திருக்கிறோம்?

யோசித்தால் நமக்கே ரொம்ப வெட்கமாக இருக்கிறது.

அதிகாரத்திலிருப்பவனின் பார்வையில் படவேண்டுமென பல மணி நேரம் காத்திருந்திருக்கிறோம்.

காதலியின் வருகைக்காக ரயில்நிலைய ப்ளாட்ஃபாரம் தேயுமளவிற்கு நடந்திருக்கிறோம்.

கோவிலுக்கு குடும்பத்தோடு வரப்போகும் ஒரு அதிகாரிக்காக சர்க்யூட் ஹவுஸ் வாசலில் நாட்கணக்கில் உட்கார்ந்திருக்கிறோம்; அல்லது நின்றிருக்கிறோம்.

அவ்வளவுதான் இல்லையா?

நான்கு வருடங்களுக்கு முன் ஒரு சாயங்காலத்தில் 'வம்சி' புத்தக நிலைய வாசலுக்கு, கையில் பேக் செய்யப்பட்ட ஒரு ப்ரேமுடன் ஒரு மனிதர் வருகிறார். அவர் நடையிலோ, பேச்சிலோ, வாழ்விலோ ஒரு பதட்டமுமில்லை. அருணாசலேஸ்வரர் கோவிலிலிருந்த கற்சிற்பம் ஒன்று ஒருநாள் விடுமுறை கேட்டு வெளியேறி வந்தது போன்ற முகம். நிதானம். வாசல் முன் நின்றவர் ஷைலஜாவைப் பார்த்துக் கேட்கிறார்.

"நான் பவா சாரைப் பார்க்க வேண்டும்"

"இன்று அவர் அலுவலகத்திலிருந்து அப்படியே ஒரு கிராமத்திற்குப் போய் தாமதமாகத்தான் வருவேன் எனச் சொன்னார்" என தன் கைபேசியால் என்னை அழைக்க முயல அவர் அதே நிதானத்தோடு அதைத் தடுக்கிறார்.

"வேண்டாம் மேடம், அவர் வரும் வரை காத்திருப்பேன்" வாசலிலிருந்த ஒரு பிரம்பு நாற்காலியில் உட்கார்ந்து கொள்கிறார்.

கடைக்கு உள்ளே உள்ள ஆயிரக்கணக்கான புத்தகங்களும், வெளியே விரிந்திருக்கும் சிறுபத்திரிகைகளும் இப்போது அவருக்குத் தேவையில்லை. ஒரு சந்திப்பிற்கான மனநிலை மட்டும் இது. இந்நேரத்தை எது கொண்டு நிரப்பிக் கொள்ளவும் அவருக்குச் சம்மதமில்லை.

"டீ சொல்லட்டுமா சார்"

"வேண்டாம் மேடம், பழக்கமில்லை"

"உங்க பேர் என்னன்னும், எங்கிருந்து வர்றீங்கன்னும் எதுக்காக பவாவைப் பாக்கணுன்னும் தெரிஞ்சிக்கலாமா சார்"

"பாலு, மேடம். நான் ஒரு ஓவியன். என் சமீபத்திய ஒரு ஓவியத்தை பவா சாருக்குத் தரணும் அவ்ளோதான்"

"அவரைப் பாத்திருக்கீங்களா?"

"அருகிலிருந்து இப்போதுதான் பார்க்கப் போகிறேன்"

"நீங்கள் அவருக்கு ஏன் உங்கள் ஓவியத்தைப் பரிசளிக்க வேண்டும்?"

"நான் அவரின் குறைந்த எழுத்துக்கு வாசகன்"

அதன் பிறகு அவரிடம் எதைப் பேசவும் எனக்குத் திராணியில்ல பவா, இரவு எட்டுமணி வரை வாசலிலேயே காத்திருந்துவிட்டு, கடையைச் சாத்துகிற நிமிடம் எழுந்து நின்று அந்த ஓவியத்தை என் கையில் தந்து,

'இதை அவருக்கு நான் தந்தேன் என சொல்லிவிடுங்கள். நன்றி என திரும்பாமல் அவர் சாலையில் ஓடிக்கொண்டிருந்த பல ஆயிரம் மனிதர்களோடு தனி ஒரு மனிதனாகப் போனார் பவா' என அன்றிரவு அவ்வோவியத்தை ஒரு ஹாலில் வைத்துப் பிரித்துக்கொண்டே

ஷைலஜா சொன்னபோது, மனிதர்களின் இயல்புகள் குறித்து என் ஆச்சர்யம் பல ஆயிரம் மடங்கு கூடியது.

பாலசுப்ரமணியன் என்ற பாலு சார் மற்றவர்களுக்கு; எங்களுக்கு, எங்கள் பாஸ்.

சந்திப்புகளற்ற பொழுதுகளிலும்கூட அவர் குறித்த ஆச்சர்யங்கள் எனக்குள் கூடிக் கொண்டே போகின்றன. அவதானிப்பின் உச்சம் என நான் கருதும் நண்பன் மிஷ்கின், ஒரு மதிய உணவின் போது சொன்னது நினைவுக்கு வருகிறது.

"பாலு, குளத்தாமரை பூவைப் போல, தன்மீது படியும் அழுக்கு, மழைநீர், பறவை எச்சம், மனிதக் கொய்தல் எதுவும் அத்தாமரையின் இலைகளையோ பூக்களையோ என்ன செய்துவிடமுடியும்? அதைத் தழுவி செல்வதைத் தவிர. அதன் பிறகும் அது புதிதாய்த் துளிர்விடும், புதிது புதிதாய் பூக்கும்.

தாமரைக் கொடியென அவரைச் சொல்வது கூடப் பொருந்தாது. தாமரைப்பூ. அதன் உயிர்ப்பைக் கவனித்திருக்கிறீர்களா பவா? அது யாருக்காகவும், எதற்காகவும் பக்கவாட்டில் சாயாது. அதன் ஒரே நீட்சி சூரியன்தான். அது சூரியனை நோக்கி மட்டுமே உயரும். இதழ்கள் வாடி, நீரில் வீழ்ந்து அழுகிய போதும் தன் அடுத்த மலர்தலையும் அது சூரியனை நோக்கியே அனுப்பும்.

நம் பாலு அத்தாமரைப்பூ மாதிரிதான் பவா"

எளிய மனிதர்களுக்காக, தினம் தினம் பூக்கிற கலைஞன் பாலு.

அவரின் நாட்களை நட்புகளிலிருந்து அவதானித்தால் மூன்று சொற்களில் அடங்கிவிடக்கூடிய ஜீவிதம் பாலு சாருடையது.

காத்திருத்தல், துறத்தல், ஒப்புக்கொடுத்தல்.

"சீனு, எங்கடா இருக்க?"

"வீட்ல பாஸ்"

"பொறப்பட்டுப் போய் ஜிம்மி பில்டிங் வாசல்ல நில்லு. நான் எட்டரைக்கு வந்தடறன்."

"சரி பாஸ்"

அவரின் சக ஹிருதயன், சக ஓவியன் சீனுவாசனுக்காக அதிக வார்த்தைகளைச் செலவழித்து அவர் நடத்திய உரையாடல் இது.

தன் யமஹாவில் ஜிம்மி பில்டிங் வாசலில் காலை எட்டரைக்கு நிற்க ஆரம்பிக்கிறார் சீனு.

சீனுவாசன் ஒருமுறைகூட தன் கடிகாரத்தைப் பார்க்கவில்லை. அருகிலுள்ள போன் பூத்துக்குப் போகவில்லை. அவர் மறந்துவிட்டாரா என நினைவுபடுத்தவில்லை.

பல கோல்ட் பிளாக் ஃபில்டர் கிங்ஸ் காலடியில் நசுங்க அங்கேயே கிடக்கிறார். இரவு எட்டு மணிக்கு பாலு சார் அங்கு வருகிறார். ஏன் தாமதம் என்ற கேள்வியே அங்கு இருவருக்குமே எழவில்லை.

இது பைத்தியக்காரத்தனத்தின் உச்சம். அல்லது அபத்த நாடகத்தின் ஒரு காட்சி. அப்படித்தானே!

இல்லை. நான் அப்படி நினைக்கவில்லை. அவர் தன் நண்பனுக்காகக் காத்திருக்கிறார். எந்த எதிர்பார்ப்புமற்ற காத்திருந்தல் அது. காதலிக்காக காத்திருத்தல் கூட சில முத்தங்களை யாசித்துப் பெறுவதற்காக இருக்கலாம். இது அதுகூட இல்லை. சரி, அப்படிக் காத்திருக்காமல் நீங்கள் பரபரப்பாக இயங்கினீர்களே என்ன செய்துவிட்டீகள் நண்பர்களே! பாலு சாரைவிட அதிகமாய் எதை நீங்கள் பெரிதாய்ச் சாதித்துவிட்டீர்கள்?

பல நாட்களாய் தைல வண்ணம் பூசப்பட்டு தன் மர ஸ்டேண்ட் முன் நிற்கும் கேன்வாசில் எங்கு இந்த இரத்தச் சிவப்புப் புள்ளியை வைப்பது என அவர் அவதானித்து வைப்பாரே! அக்கணத்தின் பெருமிதத்தை விடப் பெரிதா உங்கள் ஓட்டமும், பரபரப்பும், சாதனையும்?

யோசித்துப் பார்த்தால் காத்திருப்புகள்தான் மிகப்பெரிய சாதனைகளை அள்ளிவந்து உங்கள் உள்ளங்கைக்குள் வைக்கிறது. சாமியார்களின் காத்திருப்புகள் எதிர்பார்ப்புகளானது. வீழ்த்துவதற்கான காத்திருப்புகள் துரோகத்தாலானது. தான் அடைய விரும்பும் லட்சியத்திற்கான காத்திருப்பு எத்தனை காலமானாலும் கனியக்கூடியது.

இந்திய திரைப்பட ஒளிப்பதிவு மேதை பி.சி.ஸ்ரீராம் அந்த மே மாதம் தன் காரில் வீட்டைவிட்டு வெளியே வருகையில் அம்மரத்தடியைக் கவனிக்கிறார்.

ஒரு இளைஞன் அவரை எதிர்பார்த்து, அவர் கண்களில் பட்டுவிட வேண்டுமென நிற்கிறான்.

அவர் கார் அவனைச் சுலபமாகக் கடந்து விடுகிறது. மனம் பின்னோக்கிப் போய், அப்பையனை விசாரிக்க விரும்புகிறது.

'சரி இருக்கட்டும்' என அவர் காத்திருக்கிறார். மூன்று மாதங்களில் அடித்த வெய்யில், பெய்த கோடை மழை, கிளம்பிய புழுதி, கேட்ட சப்தம், நிலவிய அமைதி எல்லாவற்றையும் அவன் ஒரு திரவத்தை மாதிரிக் குடித்து அங்கேயே நிற்கிறான்.

ஒரு படப்பிடிப்பின் இடைவெளியில் ஏதோ ஞாபகம் வந்தவராக தன் மனைவியை தொலைபேசியிலழைத்து,

"கேட்டுக்கு வெளியே பூமரத்தடியில் ஒரு பையன் நிற்கிறானா?" என கேட்கும்போது தன் கடிகாரத்தைப் பார்க்கிறார். பிற்பகல் இரண்டு.

மாடியிலிருந்து பார்த்துவிட்டு அந்த அம்மா சொல்கிறார். "ஆம் நிற்கிறான். என்ன? எதற்கு அவன் நம் வீட்டையே நோக்கி நிற்கிறான்?"

அவர் தனக்குள்ளேயே சிரித்துக் கொள்கிறார். "எனக்கு மட்டும் என்ன தெரியும்? அவனுக்கு ஒரு டம்ளர் மோர் கொடு."

அடுத்தநாள் படபிடிப்பிற்குப் போகும்போது அப்பூமரத்தடியில் அவர் வண்டி நிற்கிறது. கார் கண்ணாடி இறக்கிவிடப்படுகிறது.

'உள்ள ஏறு'

அவன் காலியாயிருந்த பின் இருக்கையின் நுனியில் உட்கார்ந்து கொள்கிறான். ஆனால் இருப்புக் கொள்ளவில்லை.

யாரிடமோ கேட்பது போல முன்பக்கச் சாலையைப் பார்த்துக் கொண்டே பி.சி. கேட்கிறார்.

"உனக்கு என்ன வேணும்? ஏன் இங்கேயே நிக்கற?"

"உங்க உதவியாளனாச் சேரணும் சார்,"

"பேர் என்ன?"

"திருமூர்த்தி."

அந்த திருமூர்த்திதான் 'திரு' என்கிற நவீன இந்திய சினிமாவின் ஒளிப்பதிவை ஓவியமாக மாற்றி பல கோடிகள் ஊதியமாகப் பெறும் ஒளிப்பதிவாளன்.

காத்திருப்பின் மகத்துவங்கள் வரலாறு முழுக்க இப்படிக் கொட்டிக் கிடக்கின்றன.

நான் என் 'எல்லா நாளும் கார்த்திகையை' மீடியா வாய்ஸில் எழுதிக் கொண்டிருந்த நாட்கள் அவை. புதன்கிழமை அதிகாலையில் சென்னையில் இதழ் கிடைக்கும். அடுத்த நாள் தான் வெளியூர்களுக்கு.

பவாசெல்லதுரை 15

காலை நான்கு மணி நடைப்பயிற்சியினிடையே பாலு சார் வழக்கமாக இதழ்கள் வாங்கும் பெட்டிக்கடைமுன் போய் நிற்பார்.

அவரே கட்டைப் பிரித்து ஒரு இதழை எடுத்து அப்பெட்டிக்கடை மஞ்சள் விளக்கின் குறைந்த ஒளியில் அக்கட்டுரையைப் படிப்பார். மீதி நடையெங்கும் அதே நினைவுகளில் சுழன்று விடியலுக்காகக் காத்திருந்து அதிகாலை நான் எழும் நேரமான ஆறுக்கும் ஆறறைக்குமிடையே என்னை அழைத்து,

"பாலு மகேந்திரா சாரை பற்றிப் படிச்சேன் பவா, என்ன சொல்ல?"

ஒன்றும் சொல்லமாட்டார். இந்த மூன்று வார்த்தைகளுக்காகத்தான் இரண்டு மணி நேர காத்திருப்பு.

கடந்த வாரம் நான் என் இதய அடைப்பின் பொருட்டு மருத்துவமனையில் இருந்தபோது, பாலு சார் ஒரு பூனைக்குட்டியின் மென்மையோடு என் படுக்கைக்கருகில் நின்றதை, என் தூக்கம் பிரிந்தபோதுதான் பார்த்தேன்.

தன் இயல்புப்படி அவர் வெகுநேரம் நின்றிருக்கக்கூடும் என்ற எண்ணமே என்னைப் பதட்டமடைய வைத்தது.

"வாங்க பாஸ்"

என் கைகளைப் பற்றிக் கொண்டார். "ஓய்வெடுங்கள் பவா, வருகிறேன்" அவ்வளவுதான்.

அவ்வளவுதானா பாஸ்?

என் நண்பனும் தம்பியுமான கார்த்தியை தொலைபேசியில் அழைத்து,

"நாளை மாலை பவா ஆஸ்பத்திரியிலிருந்து டிஸ்சார்ஜ் ஆகி வெளியே வரும்போது அவர் கையில் அவருக்குப் பிடித்த என் ஓவியம் ஒன்றிருக்க வேண்டும் கார்த்தி.

நீங்கள் கேலரிக்குப் போய், நான் சொன்னேன்னு சிவப்புப் பட்டில் நான் வரைந்த அந்த எளிய ஓவியத்தை பவாவுக்குத் தந்து அவரை வெளியே அழைத்து வாங்க கார்த்தி."

கார்த்தி, அண்ணன்களின் சொற்களை அப்படியே நிறைவேற்றித் தருகிற அனுமன்.

மருத்துவமனை வாசலில் நின்ற கார்த்தியின் கையிலிருந்த அந்த ஓவியத்தின் மீது சுற்றப்பட்டிருந்த வண்ணக் காகிதத்தை ஆர்வங்கொண்டு அகற்றினேன்.

அதே. ஒரு சிவப்புப் பட்டுத்துணியில் வாழ்வின் சிந்தல்களை அங்கங்கே தூவியிருப்பார். வெற்றிடம்தான் அதிகம். மனித ஜீவிதத்தில் இன்னமும் யாராலும் நிரப்பப்படாத வெற்றிடம்தானே அதிகம்.

மறுபடியும் முதலிலிருந்து ஆரம்பிக்கலாம்

ஜெயமோகன்

அப்போது மீட்சி, நிகழ், இனி இன்று, கல்குதிரை, காலச்சுவடு என காத்திரமான சிறுபத்திரிகைகள் வந்து மனதை நிரப்பிக் கொண்டிருந்த காலம். யாருமே எதிர்பாராத ஒரு நாளில் கோமல் சாமிநாதனை ஆசிரியராகவும், இளையபாரதியை துணை ஆசிரியராகவும் கொண்டு 'சுபமங்களா' என்ற செண்டிமெண்ட் பெயர் கொண்ட சிறுபத்திரிகையாகவும் இல்லாமல், வெகுஜன பத்திரிகை மாதிரியும் இல்லாமல் ஒரு மாத இதழ் தமிழ்ச் சூழலில் வெளிவந்தபோது, வாசிப்பின் பல்வேறு ருசி தேடி அலைந்து கொண்டிருந்த என்னை மாதிரி இளைஞர்களுக்கு அது முதன் முதலில் ஒரு பெண் உடலின் புது ஸ்பரிசம் மாதிரி சிலிர்ப்பாக இருந்தது.

அந்நிகழ்ச்சி சில நாட்களில் நினைவிலிருந்து அகன்றது. நிகழ்வு முடிந்து ஒரு தெருவோரப் புரோட்டாக் கடையில் சாப்பிட்டு முடிந்து அதன் எதிரிலிருந்த உடைந்து சிதிலமாகியிருந்த வாராவதியின் மீதமர்ந்து பேசிக் கொண்டிருந்தோம். கோமல், இந்திரன், ச. கந்தாமி, ச. தேவதாஸ், இளையபாரதி, ஜெயமோகன் இன்னும் அப்போது இலக்கியத்தின் மீது ஆர்வம் கொண்டிருந்த இரண்டு மூன்று இளம் வாசகர்கள்.

அதற்கு முந்தைய 'சுபமங்களா'வில் ஜெயமோகனின் 'ஜெகன் மித்யை' சிறுகதை வந்து பெரும் சர்ச்சையைக் கிளப்பியிருந்தது

கந்தசாமி சார், தன் வாழ்விலிருந்து அனுபவங்களைத் திரவமாக்கி எங்களுக்குப் பருகத் தந்தார்.

கூட்டம் துவங்குவதற்கு முன் கோமலும் இளையபாரதியும் யோகி ராம்சூரத்குமாரைச் சந்திக்க வேண்டும் என ஆர்வப்பட்டதை அரை மணி நேரத்தில் நிறைவேற்ற முடிந்தது எனக்கு. சூரத்குமார் என்னோடு ஒரு நண்பனைப் போல பழகிக் கொண்டிருந்த நாட்கள் அவை.

கோமலின் கைகளை வெகு நேரம் அவர் பற்றியபடி உரையாடினார். இளையபாரதிக்கும் அதுவே. ஊதுவத்திப் புகையும், சார்மினார் சிகிரெட் புகையும் கலந்து சுழன்ற அவ்வறையிலிருந்து நாங்கள் மூவரும் வெளியே வந்து மரத்தேர் அருகில் நின்று பேச ஆரம்பித்தோம். இளையபாரதி, ''அவர் கரங்களைப் பற்றிய விநாடி என்னுள் மின்சாரம் பாய்ந்து உடல் உதற ஆரம்பித்தது'' என்று கோமலுக்குச் சொல்ல,

''எனக்கு அதெல்லாம் ஒன்றுமில்லை. ஒரு சக மனிதனின் கைப்பற்றலுக்கு அதிகமாக அதில் ஏதுமில்லை'' எனச் சொல்ல,

''உங்களால அதை உணரமுடியாது கோமல்'' என பாரதி சொல்ல,

''நீ அடிப்படையிலேயே பலஹீனமான ஆள். நான் மார்க்சியக் கல்வியிலிருந்து இப்படிப்பட்ட வெற்று நம்பிக்கைகளை உதறக் கற்றுக் கொண்டவன்'' என அவர்களிருவரின் குரலும் உயர ஆரம்பிக்கும் முன் கூட்டம் துவங்கிவிட்டது.

நிகழ்வின் முடிவில் அவர்களிருவரும் அதுவரை பத்திரமாக காப்பாற்றிய கூட்டத்திற்கு முன், சூரத்குமாரின் சந்திப்பின் தொடர்ச்சியிலிருந்து துவங்கினார்கள்.

ஜெயமோகன் தனக்கு மிகப் பிரியமான மடாதிபதி கதைகள், சாமியார்கள், ஆஸ்ரமங்கள், ஞாநிகள் என விவரித்துக்கொண்டே போக,

ஒரு சிறு பையனின் இத்தனை அனுபவங்களை அந்த மதிற்சுவர் மேலியிருந்த மனிதர்கள் வியந்து கேட்டுக் கொண்டிருக்கையில்,

''நானும் சூரத்குமாரும் சக பிச்சைக்காரர்களாக இக்கோவிலின் முன் ஒரு மாதம் கையில் திருவோடோடு நின்றிருக்கிறோம்'' என்று அடுத்த அதிர்வை தன் சொற்களைக் கொண்டு உருவாக்கி

மேலேறும்போது,

சென்னைக்குப் போக வேண்டிய 122 எண்ணிட்ட பேருந்து எங்களை உரசிக் கொண்டு நின்றது.

அவசர அவசரமான கைகுலுக்கல்களோடு இந்திரனும், கோமலும், இளையபாரதியும் பேருந்தில் ஏற, நானும் ஜெயமோகனும் மட்டும் மீந்திருந்தோம்.

அங்கிருந்து சன்னதி தெரு இறக்கத்தில் அந்நள்ளிரவில் நடந்தே வந்தோம். ராஜராஜன் லாட்ஜில் அறுபது ரூபாய்க்கு நான் போட்டிருந்த சிறு அறை ஒன்று எங்கள் பின்னிரவு உரையாடலுக்கு விழித்திருந்தது.

அதன் காத்திருப்பை ஏமாற்றாமல் நாங்களிருவரும் பேச ஆரம்பித்தோம்.

அந்த உரையாடலின் நிறைவில்தான் ஜெயமோகன் தன் பையிலிருந்து ஒரு பெரிய கையெழுத்துப் பிரதியை என் கைகளுக்கு மாற்றி,

''இது இதுவரை நான் எழுதிய சிறுகதைகளின் பிரதிகள். நல்ல பப்ளிஷர் கிடைக்கல. உங்களுக்கு கவிஞர் மீரா நல்ல நண்பர் என்பது தெரியும். முயன்று பாருங்க பவா'' எனச் சொன்னார்.

அடுத்த நாள் பதினோரு மணிக்குத்தான் இருவராலுமே எழ முடிந்தது. காலை உணவுக்கு அவசியமே இல்லாமல் அங்கிருந்த மேடேறி நாங்கள் இருவரும் நின்ற இடம் யோகி ராம்சூரத்குமாரின் சன்னதி தெரு ஓட்டு வீட்டு வாசல்.

பெருஞ்சிரிப்பொலிச் சத்தத்திற்கிடையே அவர் இரும்புக் கம்பியிட்ட கதவைத் திறந்து எங்களை உள்ளே அழைத்தார்.

ஜெயமோகனுக்கும் யோகிக்குமான துவக்கமே பெருஞ்சண்டையோடு ஆரம்பித்தது.

‘‘பிரமிள் உங்க நண்பரா?’’

"Yes"

‘‘பாலகுமாரன்’’

"He is also my friend"

‘‘எப்படி ஒரே நேரத்தில் ஒரு மகத்தான கவிஞனோடும், ஒரு முனிசிபாலிட்டிக் குப்பையோடும் உங்களால் நட்பாயிருக்க முடிகிறது?’’

யோகி தன் நீலநிறக் கண்களால் ஜெயமோகனை ஊடுருவினார். பார்வை, ஜெயமோகனின் ஆழத்தைத் தொட்டிருக்கக் கூடும். ஆனாலும் அசையாமல் உட்கார்ந்திருந்தார்.

அத்தனை வாசித்த, படைத்த ஒரு கலைஞனின் அகங்காரம் அது.

யோகிக்கும் அது இருந்தது. சதவீதம்தான் குறைவு. அவர் சட்டென தன்னைத் தளர்த்திக் கொண்டார். மூன்றாவது சார்மினாரின் சாம்பல் அவர் வேட்டி மீது உதிர்ந்தது.

“Yes, Balakumaran is my another friend.நான் ஒரு Begger”. இந்தப் பிச்சைக்காரனுக்கு மானுடப்பிறவிகள் எல்லாருமே நண்பர்கள்தான் my dear friend.”

மௌனமான உறைதலில் இதற்குச் சம்மந்தமில்லாத அவர்முன் உட்கார்ந்திருந்த பக்தர்கள், இருவரையும் மாறி மாறிப் பார்த்தார்கள். இதற்கும் எனக்கும் சம்மந்தமில்லை என்பது போன்ற பாவனையில் நான் மனதளவில் விலகியிருந்தேன்.

ஜெயமோகன் விடுவதாயில்லை. நீங்கள் பிச்சைக்காரனில்லை. உங்களைச் சுற்றி இத்தனை கோட்டீஸ்வர பக்தர்கள். வசதியான வீடு, அடுக்கிக் கொண்டே போன ஆங்கிலச் சொற்களை யோகி

வழிமறித்தார். அவர்களிருவரின் தர்க்க மோதலில் அக்குளிர்ந்த கற்தரை சூடானது.

‘போதுமா யங் ரைட்டர். OK. நான் கோட்டீஸ்வரப் பிச்சைக்காரன்.’ என எங்கள் இருவர் கைகளிலும் இரு ஆப்பிள்களைத் திணித்தார்.

“My father bless you” என ஆசிர்வதித்தார். என்னை நாளைக்கு வருவாயா எனக் கேட்டார். நான் தலையசைத்து விடை பெற்று ஜெயமோகனை பஸ் ஏற்றிவிட்டு தோளில் தொங்கும் ஜோல்னாப் பையோடு சைக்கிள் மிதித்தேன்.

சமஸ்தானத்தின் சிற்றரசர்கள்

கோணங்கி

ஃபோர்ட் கொச்சினில் மட்டாஞ்சேரி வெல்ல மண்டிகளுக்கிடையேயான அரபிக் கடலைப் பார்த்துக் கட்டப்பட்டிருந்த பழமையிலும், பழமையான கட்டிடத்தில்தான் என் நண்பனும் உலகப்புகழ்பெற்ற புகைப்படக்காரனுமான அபுல்கலாம் ஆசாத்தின் 'மாயலோகம்' ஆர்ட் கேலரி முதல் மாடியிலும், என் தோழி காயத்ரி கேம்பூஸ் என தமிழிலும், ஸ்பெயினிலும் சேர்த்தழைக்கப் பட்ட புகழ்பெற்ற ஓவியரின் ஸ்டுடியோ கீழ்த்தளத்திலும் அமைக்கப்பட்டிருந்தன.

பத்தாண்டுகளுக்கு முன் அங்கு நான் என் கதை வாசிக்க அழைக்கப்பட்டேன். இரு கதைகளை நான் தமிழில் வரிவரியாக வாசித்தேன். எப்போதும் கதைகளைச் சொல்லும் நான் வாசிக்க வேண்டிய அவசியத்தை என் முன்னால் மாயலோகத்தில் உட்கார்ந்திருந்த பல நாடுகளைச் சேர்ந்த வெளிநாட்டுப் பார்வையாளர்களே உருவாக்கித் தந்திருந்தார்கள்.

அவர்கள் புருவம் உயர்வதையும், மொழி தெரியாமல் தத்தளித்தையும் ஒரு நிமிடமும் நீடிக்கவிடாமல் என் நண்பனும் கவிஞனுமான ஆனந் ஸ்கரியா அணைகட்டினான்.

என் இரு கதைகளின் வாசிப்பிற்குப்பின் பல வெள்ளைக்காரக் கைகள், என் கறுப்புக் கைகளைப் பற்றிக் குலுக்கின.

அன்றே கீழ்த்தளத்தில் காயத்ரி கேம்பூசின் அப்போதைய ஓவியங்களின் கண்காட்சியை, புகழ்பெற்ற வரலாற்று அறிஞர் கே.என். பணிக்கரும் நானும் திறந்து வைப்பதாக ஏற்பாடாகியிருந்தது.

எப்போதும் எந்த அகாலத்திலும் கூப்பிடும் உரிமையை சில நண்பர்களிடம் மட்டும் எடுத்துக் கொண்டிருந்தேன். அப்பட்டியலின் முதல் பெயர் கோணங்கி.

நாளை நடக்கப்போகும் அற்புதத்தை முன் கூட்டியே கணித்து, முந்தினநாள் இரவு ஃபோர்ட் கொச்சினுக்கு கோணங்கியை

அழைத்திருந்தேன்.

தேசாந்திரிக்கு காலம், நேரம், உடை, உணவு, உறக்கமேது? அன்றிரவே அவன் மட்டாஞ்சேரிக்கு பஸ் ஏறினான்.

ஓவியக் கண்காட்சிக்கு வந்த கலைஞர்களையும் எழுத்தாளர்களையும் பத்திரிகையாளர்களையும், காயத்ரியும் ஆனந்தும் கொஞ்சம் ரெட் ஒயின் கொடுத்து வரவேற்றார்கள்.

சற்றுமுன் ஆரவாரத்திலிருந்த அதே பார்வையாளர்கள் இப்போது மௌனத்தில் தங்களைப் புதைத்துக் கொண்டார்கள். காயத்ரியின் ஓவியங்கள், தாங்கள் அடைக்கப்பட்டுள்ள சட்டகத்துக்குள் பார்வையாளர்களையும் இழுத்துக் கொண்டன. விருப்பமற்றவர்கள் சிலர் வெளியேறினார்கள்.

நானும் கோணங்கியும், கே.என்.பணிக்கரிடம் எங்களுக்குத் தெரிந்த அரைகுறை ஆங்கிலத்தில் பேசிக் கொண்டிருந்தோம்.

ஃபோர்ட் கொச்சினை இரவு சீக்கிரமே வந்து அடைத்துக் கொள்கிறது. விருந்தினர்கள் நாங்கள் மூவர் மட்டும் மாயலோக மாடிக்கு அழைக்கப்பட்டு, எங்கள் முன் பலவருடப் பழமையான ஒயின் வைக்கப்பட்டது.

பேட்டிக்காக கூடியிருந்த இருபதுக்கும் மேற்பட்ட பத்திரிகையாளர்களைப் பார்த்து கே.என்.பணிக்கர், "நான் என் நண்பர்களோடு தனித்திருக்க விரும்புகிறேன். பேட்டி கொடுப்பதற்கான மனநிலை இன்றில்லை. எல்லாம் ஏற்கனவே நிறைவடைந்தது போல இருக்கிறது. பிறகு பார்க்கலாம்" என்பதை அவருக்கேயான அழகான ஆங்கிலத்தில் சொன்ன அடுத்த நிமிடம், அவர்கள் எங்களோடு கைகுலுக்கி விடைபெற்றார்கள். அடுத்தவர்களின் அந்தரங்கத்தை எட்டிப் பார்க்கும் அநாகரிகத்தை கேரளப் பத்திகையாளர்கள் மறுதலித்தார்கள்.

அன்று பின்னிரவுவரை எங்கள் உரையாடல் நீண்டது. பணிக்கரை அனுப்பிவிட்டு நானும் கோணங்கியும் முழுக்க அடைக்கப்பட்டிருந்த மட்டாஞ்சேரி பஜாரில் நடந்தோம்.

அரபிக்கடல் எங்களுக்கு மிக அருகே தத்தளித்துக் கொண்டிருந்தது. கடலுக்கும் எங்களுக்குமான இடைவெளியை அற்ப வியாபாரக் கட்டிடங்கள் அடைத்து நின்றன.

முன்னிரவில் பேசியவற்றை அசை போட்டவாறு நாங்களிருவரும் பேசாமல் நடந்தோம்.

இரண்டு மைல் தொலைவிலிருந்த ஆனந் காயத்ரி வீட்டு உள்ளறை ஒன்று எங்கள் தற்காலிகப் படுக்கையறையாகியிருந்தது.

படுக்க வைத்து போர்வை போர்த்தி எங்களுக்கு கருப்புக்காபி தந்து சென்ற காயத்ரி கேம்யூஸ் என்ற ஸ்பெயின் நாட்டுப் பெண் எங்களை உறங்கவிடவில்லை.

நாங்கள் இருவரும் எழுந்து உட்கார்ந்து கொண்டோம். நாங்களே எங்களுக்குத் தெரியாத இருட்டில் காயத்ரி கேம்யூஸ் என்ற அந்த மேற்கத்தியப் பெண்ணின் இந்திய மனம் பற்றிப் பேச ஆரம்பித்தோம்.

பேச்சு அன்னா கரீனினா, ஃபிரைடோ காலா என்று சுற்றியலைந்த போது வெளியே விடிந்திருந்தது.

கொடுங்கல்லூர் கண்ணகி கோவில் பார்க்கப் போக வேண்டுமென்ற எங்கள் நேற்றைய விருப்பத்தின் ஞாபகம், அந்த அதிகாலையில் காயத்ரி வீட்டின் முன் ஒரு அம்பாசிடர் காரை கொண்டு வந்து நிறுத்தியிருந்தது.

அந்த அதிகாலையில் போர்ட் கொச்சினின் படகுத்துறையில் நானும் கோணங்கியும் நின்றிருந்தோம். எங்கள் காரை அதன் ஓட்டுநர், வந்து நின்ற ஒரு நீண்டப்படகில் ஏற்றிக் கொண்டார். இன்னும் சில

விலை உயர்ந்த கார்களும் அதனுள் ஏற்றப்பட்டு நாய்ச் சங்கிலியால் கட்டப்பட்டது. பென்ஸ் காருக்கும் அதே நாய்ச் சங்கிலிதான்.

அந்த Back water அழுக்கு நீரில் எங்கள் படகு எங்களையும், கார்களையும் சுமந்துகொண்டு மறுகரையை நோக்கிப் போய்க் கொண்டிருந்தது. ஏனோ அந்நிமிடம் தண்ணீரற்ற தமிழ்நாடு நினைவுக்கு வந்தது.

இருபது நிமிடப் பயணத்தில் நாங்கள் இறக்கி விடப்பட்டோம்.

ஒருபுறம் நீரும், மறுபுறம் தென்னை மரங்களும் அடர்ந்த அந்த காலைப் பயணத்தில் நான் கோணங்கியைச் சீண்டினேன்.

''என்ன கோணங்கி, உன் சமஸ்தானத்தின் சிற்றரசர்கள் இப்போது என்ன செய்கிறார்கள்?''

நான் கேட்பது புரிந்து அவன் சிரிந்துவிட்டான்.

கோணங்கியின் மன உலகில் தமிழ்நாட்டைச் சிறுசிறு பிரதேசங்களாக குறிஞ்சி, முல்லை, மருதம், நெய்தல், பாலை என அவனே பிரித்துக் கொண்டிருந்தான்.

ஒவ்வொன்றிற்கும் ஒரு படைப்பாளியை, கவிஞனை நாடகக்காரனை அவனே சிற்றரசர்களாக நியமித்திருந்தான்.

கண்டராதித்தன் முல்லைக்கு, பெருந்தேவி பாலைக்கு, யவனிகா மருதத்துக்கென.

அவர்கள்தான் அவன் உலகம். அதைத் தாண்டி உலகம் சுற்றுவதாகவோ, புத்தகங்கள் பிரசுரமாவதாகவோ ஆயிரக்கணக் கானவர்கள் அதைப் படிக்கிறார்கள் என்பதோ அவனுக்கு அக்கறையில்லை. இவர்களின் படைப்புகள் விதைத் தானியங்கள். மற்றதெல்லாம் மல்லாட்டைத் தொலிகள். அவர்கள் சமஸ்தானத்துக்கென்று ஒரு மறைநூலும் உண்டு. அதன் பெயர்

கல்குதிரை.

வேதாகமத்தில் சங்கீதம் என்றொரு அதிகாரம் உண்டு. அதை வாசிக்காத ஒருவன் கவிதை எழுதிவிட முடியாதென நான் உறுதியாய் நம்பினேன். அச்சங்கீதத்தின் எழுதுமொழியில் அதன் நியாயம் குறித்து கோணங்கி விரிவுரை ஆற்றி முடிக்கையில் நாங்கள் கொடுங்கல்லூரை அடைந்திருந்தோம்.

அப்புறம் பேச்சேது?

திருவிழா நடந்து முடிந்த வெற்று மைதானமாய் அக்கோவிலின் முன் பகுதி மண்தரை வெறிச்சோடியிருந்தது.

மிகுந்த பயபக்தியோடு கோணங்கி கண்ணகியை வணங்கினான்.

'இன்னும் யாருக்கும் புரியாத அடர்த்தியான மொழியை எனக்குத் தா தாயே என்ற வேண்டுதலா இது?' என நான் உள்ளுக்குள் சிரித்துக் கொண்டேன்.

கொடுங்கல்லூர் கண்ணகி கோவிலுக்கு வர வேண்டும் என்ற உந்துதலை எங்கள் இருவருக்குமே அபுல்கலாம் ஆசாத்தின் பச்சை வண்ண செஃபியா டோன் புகைப்படங்களே ஏற்படுத்தியிருந்தன.

நியூயார்க் டைம்ஸ் பத்திரிகைக்காக அவன் அக்கோவிலையும், அதன் திருவிழாவையும் ஆயிரக்கணக்கில் தன் ஃபிலிம் போட்ட கேமராவில் பதிந்திருந்தான். அதற்கு Black Mother என பெயரிட்டிருந்தான்.

அதில் ஒவ்வொரு படத்தையும், நாம் ஒரு முழுநாள் அல்லது முழு மாதம் அல்லது வாழ்நாள் முழுக்கப் பார்த்துக் கொண்டிருக்கலாம்.

அதில் ஒரு படத்தைத்தான் தன் 'பிதிரா' நாவலின் அட்டைப் படத்திற்கு கோணங்கி, அபுலிடம் பெற்றிருந்தான்.

அக்கோவில் வளாகம் என்னை வசீகரிக்கவில்லை. அபுலின் புகைப்படங்கள் போதும்.

நாங்கள் பேச்சற்று நடந்தோம். வண்டி பெருந்தொலைவில் நின்றது.

கோவிலுக்கு வெளியே ஒரு கள்ளுக்கடை. அக்காலையிலேயே பத்திருபது மலையாளிகள் கள் குடிக்கக் குழுமியிருந்தார்கள். தழையக் கட்டிய கரை வைத்த வேட்டிகளோடு அவர்கள் அந்த மர பெஞ்சில் உட்கார்ந்து வாயில் கசியும் வெண்பாலைப் போன்ற புளிப்புக் கள்ளைக் குடித்த விதம் எங்களையும் சப்புக் கொட்ட வைத்தது. கள் மொந்தைகளின் எதிரே பொரித்த மத்தி மீன்கள். கோணங்கி கைகளைத் தேய்த்துச் சூடாக்கிக் கொண்டான். மலையாள கள் குடியர்களின் கவனம் எங்கள் மேல் திரும்பியது.

ஒரு மரப் பெஞ்சை எடுத்து குடிசைக்கு வெளியில் போட்டோம். இரண்டு மொந்தை கள்ளும் இரு தட்டு பொரித்த மத்தியும் ஆர்டர் செய்தோம்.

ஓரே மூச்சில் மொந்தையைக் காலி செய்தான் கோணங்கி.

காரில் விட்ட இடத்திலிருந்து ஆரம்பித்தான்.

'நீங்களெல்லாம் மீடியாவுல விழுந்திட்டீங்கடா' குளிர்ந்த கள் அவன் ரத்தத்தைச் சூடாக்கி இருக்க வேண்டும். வார்த்தைகளில் சூடும், புளிப்பும் தெறித்தன.

நான் நிதானமாக ஒரு வாய் கள் குடித்தேன். யாரோ ஒரு கேரளத்தாய், தன் தமிழ்நாட்டு மகன்களுக்கு கருவாட்டுக் குழம்பை கிண்ணத்தில் கொண்டு வந்து வைத்தாள்.

'நீங்கள்ன்னா?'

'ஜெயமோகன், ராமகிருஷ்ணன், நீ' என்னைப் பார்க்காமல் மீண்டும் மொந்தையில் ஊற்றப்பட்ட வெண்நீரில் ஆர்வமானான்.

'நீயெல்லாம் மீடியாவுல இல்லையா?'

மிக அருகே என்னை ஏறெடுந்தான்.

'அசைட்' பத்திரிகையிலே உன்னை போட்டோ எடுக்க வந்தப்போ போஸ் குடுத்தியே, அது எதில் சேர்த்தி நண்பா?''

''விகடன்ல உன் எழுத்தைப் பத்தி ஒரு வரியும் எழுதாம, உன் சுவாரஸ்மான அலைதலை, பத்திரிகை மொழியில் எழுத அனுமதிச்சயே அது என்ன நண்பா?''

நான் கேள்விகளை அடுக்கிக் கொண்டே போனேன்.

விவாதம் முற்றினால் அவன் கொடுங்கல்லூரிலிருந்து கோவில்பட்டிக்கு கண்ணகியைப் போலவே ரிவர்சில் திரும்பி நடக்கக் கூடியவன் என்பதை நானறிவேன்.

அல்லது

கொடுங்கல்லூர் கோவிலுக்குப் பின்னால் மூணாவது மைலில் ஆறாவது தென்னை மரத்திற்குப் பக்கத்தில் அவனை வாசித்த அல்லது அவனை அறிந்த ஒரு வாசகன் இருப்பான். அவன் பேர் கணேஷ்ராம் என்று நமக்கு ஏழு வருஷம் கழித்து சொல்லுவான்.

பின் விளைவுகளைக் கணித்து நான் அமைதியானேன்.

வரும்வழியில் நாங்கள் இலக்கிய விவாதம் எதுவும் செய்யவில்லை. அவன் காயத்தி கேம்பூஸ் என்ற அந்த ஸ்பெயின் நாட்டு ஓவியக்காரியின் பேரன்பை நினைவு கூர்ந்தான். குளிருக்கு அவள் போர்த்திவிட்ட கம்பளியின் கதகதப்பு எதற்கு ஒப்பானது என உவமைப்படுத்தினான்.

எப்படி இப்படி அன்பான மனிதர்கள் உன்னைத் தேடி வந்தடைகிறார்கள். உன் சிறு கூட்டில் இத்தனை பறவைகளுக்கான இடமெங்கே என உரைநடையைக் கவிதையாக்கினான்.

காலையில் சென்ற வழித்தடத்தின் முற்கள் அகற்றப்பட்டு பூக்கள் தூவப்பட்டிருந்தன.

நாங்கள் இருவரும் மட்டாஞ்சேரி பஜாரில் ஒரு சிறு தலச்சேரி பிரியாணிக் கடையிலிருந்தோம். அக்கடையெங்கும் உலக புகழ்பெற்ற ஓவியன் எம்.எஃப். உசேன் விதவிதமாய் பிரியாணி சாப்பிடும் படங்கள் மாட்டப்பட்டிருந்தன. அவர் இக்கடை பிரியாணிக்காக மட்டுமே இங்கு ஒரு மாதம் தங்கியிருந்ததாக அக்கடைக்கார பாய் எங்களுக்குப் புரியும் மலையாளத்தில் சிரித்துக் கொண்டே சொன்னார். எனக்கு சற்றுமுன்பே சாப்பிட்டு முடித்து முற்ற வெயிலில் நின்று சிகரெட் பிடித்துக் கொண்டிருந்தான் கோணங்கி.

நான் சாப்பிட்டு முடித்து வெளியே வந்து பார்த்தால் அந்த மாயாவி அங்கிருந்து மறைந்து விட்டிருந்தான்.

மட்டாஞ்சேரி பஜாரில் ஒரு மணிநேரம் அலைந்து திரிந்து தேடின களைப்போடு, நானும் எதிரே வந்த கோயம்புத்தூர் பஸ்ஸிலேறினேன்.

பேரன்பின் பெருமழை

ராம்

அப்போது பத்துக்குப் பத்து விஸ்தீரணத்தில்தான் வம்சி புக்ஸ் இயங்கியது. அகலமான அத்தெருவில் அன்று மாலை சாவகாசமாக நின்று மனிதர்களை வேடிக்கை பார்த்துக் கொண்டிருந்தபோது ஒரு பெரிய பைக்கில் இரண்டு பேர் எங்கள் வாசலில் வந்து இறங்கினார்கள். வண்டியை சற்றே தள்ளி நிறுத்திவிட்டு கடைக்கு எதிர்ப்புறம் நின்று ஒரு சிகரெட்டைக் கொளுத்திக்கொண்டே போர்டைப் பார்த்து ஏதோ பேசிக் கொண்டார்கள்.

'இதுதான்' என்று உறுதியடைந்ததை சிகரெட் புகையினூடே என்னால் அவதானிக்க முடிந்தது.

அவர்கள் இருவரையும் இன்னும் நுட்பமாகக் கவனித்தேன். தாடியோடு கசங்கின கரு நிற டி.ஷர்ட்டும் ஜீன்ஸ் பேண்டுமாய் இருந்தவனுக்கு முப்பது வயதிருக்கலாம். உடன் வந்த பையனின் வயதைக் கணிக்க முடியவில்லை.

சிகரெட் துண்டைக் காலில் போட்டு மிதித்தவாறே என்னைச் சமீபித்து,

'பவா செல்லதுரைன்னு..'

'நான் தான்' நான் கை நீட்டிக் கொண்டே சொன்னேன்.

கைகளை அழுத்திக் கொண்டே, 'நான் ராம் சுப்பு, இவன் மணி, முத்து அனுப்பினான்.'

'எந்த முத்து?'

'பாடலாசிரியன் முத்து'

நான் அக்கையை விடாமல், 'ஓ. நீங்க ஒரு படம் பண்ணப் போறீங்க. பேரு ராம். சரியா? நேத்தே சொன்னான். நான்தான் மறந்திட்டேன்' என்றேன்.

அப்படியே படிகளில் நின்று பேச ஆரம்பித்தோம். கடை அடைபடும்போது மணி ஒன்பது. பேசுவதற்கு அவ்வளவு இருந்தது எங்கள் இருவருக்கும்.

பேசிக்கொண்டே 'போலாமா ராம்' என்றபோது அணிச்சையாக என் வலது கை ராமின் தோளில் ஏறியிருந்ததை உணர முடிந்தது.

'எங்கண்ணா?'

'வீட்டிற்கு'

'வேணாண்ணா, அறைகள்ல தூங்கி சலிச்சிடிச்சு, பொறந்ததிலிருந்து அறை அறையா எத்தனை விதமான அறைகள்ல தூங்கியிருப்போம். வானத்தை, நிலாவை, நட்சத்திரங்களை கண்ணுக்குக் காட்டி ஒரு திறந்தவெளியில படுக்கணும்ண்ணா '

நான் அவர்கள் வந்த வண்டியை அப்போதுதான் கவனித்தேன். அதில் ஒரு மண்ணெண்ணெய் ஸ்டவ்வில் ஆரம்பித்து சட்டி, பானை என ஒரு பெரிய சுமை தொங்கியது.

என் பார்வையின் கேள்வியைக் கணநேரத்தில் புரிந்துகொண்டு, 'அது, சாப்பிட காசு இருக்காதுண்ணா. பசிச்சா நாங்களே ஏதாவது ஒரு புளிய மரத்தடியில நிறுத்தி சமைச்சுச் சாப்பிடுவோம்.'

எல்லாமே என் அன்றாடங்கள் மீது துப்புவதாகயிருந்தன.

அன்றிரவு ராம் பற்றிய நினைவுகளில் தூக்கம் பிடிக்காமல் புரண்டு கொண்டிருந்தேன்.

நாம் வழக்கம், பெருமிதம், அந்தஸ்து என வரையறுத்திருந்த எல்லாவற்றையும், இவன் இடதுகால் சுண்டுவிரலால் தள்ளத் தெரிந்திருக்கிறான். இதற்காக நீண்ட அனுபவம் அவனுக்குத் தேவைப்படவில்லை.

வாழ்வின் துவக்கமே அப்படித்தான்.

நா.முத்துக்குமாருக்கும், ராமசுப்புவுக்குமான நட்பு என்பது சொல்லில் அடங்காதது. ஒவ்வொரு சந்திப்பிலும் முத்துக்குமாருக்காக இருவரும் பலநூறு சொற்றொடர்களைப் பகிர்ந்து கொள்வோம்.

'கற்றது தமிழ்' மனதில் முழுமையாக உருப்பெற்ற தருணத்தில் எங்கள் வீட்டு மாடி அறையில் உட்கார்ந்து இரு நாட்கள் காட்சி காட்சியாய் விவரித்த ராமின் கண்களில் தெறித்த லட்சியம் இப்போதும் என்னில் அப்படியேதானிருக்கிறது.

என் அவதானிப்பில் திரை மொழி முழுவதுமாக கைவரப்பெற்ற கலைஞர்களில் ராமும் ஒருவன். தன்னில் ஏற்றி வைத்திருக்கும் கொள்கைகள், கோட்பாடுகள் எதுவும் பிரச்சாரமாக ஒரு காட்சியிலும் வெளிப்பட்டதில்லை.

திரைக்கான மொழி வேறு என்ற தெளிவை எப்போதும் மீறினதில்லை. 'கற்றது தமிழ்' வெளிவந்தபோது திருவண்ணாமலையில் உட்கார்ந்து முதல் காட்சியைப் பார்த்தேன். இளைஞர்களின் ஆர்ப்பரிப்பையும் வசனங்கள் வெளிப்படும்போது எழுந்த ஆரவாரத்தையும் கண்ட எனக்கு, ராம் என்ற கலைஞனை தமிழ்நாடு புரிந்து கொண்டது என்ற சந்தோஷம் திருப்தியைத் தந்தது.

எதையுமே தாங்கிக் கொள்ளும் மனநிலையையும் எந்த எதிர்பார்ப்புகளுமற்ற வாழ்நிலையுமே ராமின் பெரும் பலம் என எப்போதும் நினைப்பேன்.

'தங்க மீன்கள்' தாமதமாகி பெரும் பணக்கஷ்டத்தில் தன் உதவி இயக்குனர்களோடு மட்டுமே தன் நாட்களைத் நகர்த்திய நாளொன்றில் நான் திருவண்ணாமலையில் நடந்த ஒரு திரைப்படக் கருத்தரங்கிற்குப் பேசக் கூப்பிட்டேன்.

அந்த உரையின் ஆரம்பமே எல்லோரையும் நிலைகுலைய வைத்தது. அப்பேச்சில் தெறித்த உண்மை யாவரையும் பொசுக்கவல்லது. யாருக்கும் வாய்க்காத கவிதையும் உரைநடையும் கலந்த ஒரு இயல்பான சொற்கோவையே ராமின் தனித்துவம்.

பேசி முடித்து அந்த அரங்கத்திற்கு வெளியே கவிழ்ந்திருந்த ஒரு ரகசிய மரநிழலின் இருளில் நின்று 'தம்' அடித்தபோது ராமுக்குக்

கொடுக்க என்னிடம் தரப்பட்டிருந்த ஒரு கவரை நீட்டினேன். அதைத் தன் இடது கையால் புறந்தள்ளினான். ‘காசெல்லாம் வேணாண்ணா, அந்தக் கவரைக் கொடுத்தவங்ககிட்டயே கொடுத்திடுங்க, எனக்கு பஸ் சார்ஜுக்கு மட்டும் உங்க பாக்கெட்டிலிருந்து 200/- ரூபா எடுத்துக்கறேன்’ என்ற ராமின் உறுதியான முகத்தை என்னால் எப்போதும் மறக்க முடிந்ததில்லை.

மாரி செல்வராஜ், ராமின் உதவி இயக்குனர் மட்டுமா?

ராமின் பிரியமான தம்பி; உற்ற தோழன்; சில நேரங்களில் கற்றுக் கொடுக்கும் ஆசிரியன்; சில நேரங்களில் கற்றுக் கொள்ளும் மாணவன்; தாங்க முடியாத சில தருணங்களில் வெடித்து அழ மடி கொடுக்கும் காதலி.

மாரி செல்வராஜின் ‘தாமிரபரணியில் கொல்லப்படாதவர்கள்’ சிறுகதைத் தொகுப்பின் இறுதிக் கட்ட வேலைகளில் சாரோன் வீட்டில் தங்கி அவற்றைச் செழுமைப்படுத்திக் கொண்டிருந்தபோது வாய்த்த ஒரு ஞாயிற்றுக்கிழமை மதிய உணவு கொஞ்சம் செழுமையானது. மீன்குழம்பும், பொறித்த மீன் துண்டுகளும், எறாத் தொக்கும் இன்னுமின்னும் இரு வேறு வகை வறுவல்களாய் எங்கள் உயரம் குறைந்த சாப்பாட்டு மேஜையில் பரிமாறுதலுக்காகக் காத்திருந்தன.

நானும் செல்வமும் அருகருகே உட்கார்ந்து சாப்பிடத் துவங்கும் முன் தன் தொலைபேசியில் யாரையோ அழைத்து உள்ளறைத் தனிமைக்கு ஓடிப்போன மாரியின் அந்தரங்கத்தில் நுழைய மனமின்றி வெறும் தட்டின் முன் நீண்ட நேரம் உட்கார்ந்திருந்தேன்.

பசியின் பிடுங்கல்களுக்குப் பதில் சொல்ல முடியாமல் அவ்வறையில் பிரவேசிக்கையில் ததும்பிய கண்களோடு செல்வம் தன் சக தோழனும் ஆசானுமாகிய ராமோடு பேசிக் கொண்டிருந்தான்.

உரையாடலின் அறுபடலுக்குப்பின், செல்வத்தைக் கைப்பிடித்து அழைத்துவரும் முன் கிடைத்த இடைவெளியில் கேட்டேன்.

"என்ன ஆச்சு செல்வம்?"

"இத்தனை நல்ல சாப்பாடு சாப்பிட்டு ரொம்ப நாளாச்சுண்ணா, எங்க டைரக்டர் இன்னிக்கு மதியம் சாப்பிடல. கையில் சுத்தமா காசில்ல, நான் மட்டும் எப்படிண்ணா இதைச் சாப்பிட?" என என்னை ஏறெடுத்தபோது, தம்பி செல்வத்தை என் தோள்களில் சாத்திக் கொண்டேன்.

அசாத்திய தைரியமும் அர்ப்பணிப்பும் கொண்ட திரைக்கலைஞனாக எப்போதும் ராமையே நினைத்துக் கொள்வேன். திரைப்படத்தில் பணியாற்ற விரும்பும் பல இளம் படைப்பாளிகளுக்கு ராமையே பரிந்துரைப்பேன்.

என்னவோ குறிப்பிடமுடியாத ஒரு பிரியம் எங்கள் இருவரின் மனதிலும் நிலைபெற்று விட்டது. 'பேரன்பு' படத்தில் எனக்கு ஒரு மருத்துவர் பாத்திரம்.

எலும்பும் உறைந்துவிடும் கொடைக்கானல் மன்னார்பாளையத்து ஏரிக்கரையில் நடு ராத்திரி இருட்டில் உட்காரவைத்து எனக்கும் ஒளிப்பதிவாளர் தேனி ஈஸ்வருக்கும் மட்டும் கதையைக் காட்சி காட்சியாய் விவரித்த ராமின் முகத்தில் ஒளியேறியிருந்ததை அந்த இருட்டில் கவனித்தேன்.

அப்படத்திற்கு ஸ்கிரிப்ட் இல்லை. படத்தின் மொத்தக் காட்சிகளும் ஒவ்வொன்றாய் அந்த ஏரிக்கரைக் கடுங்குளிரில் ராமிடமிருந்து வந்ததைக் கவனித்து அதிர மட்டுமே முடிந்தது.

அடுத்த நாள் படப்பிடிப்பினிடையே மலையாளத் திரைப்பட விமர்சகன் பாலாஜியிடம் பேசிக்கொண்டிருக்கும்போது, 'இந்திய சினிமாவின் தனித்துவம் ரித்விக் கட்டக் தான், அவரின் தொடர்ச்சி இந்த ராம்' என ஒரு திசையைச் சுட்டியது நினைவிருக்கிறது.

கலையின் தேடுதல் பொருட்டும், வாழ்வை நகர்த்த சம்பாதிப் பதற்கும் வேண்டி தன் பிரிய மகளையும் தன் கவிதாயினி

மனைவியையும் வெகு தொலைவில் விட்டுவிட்டு சென்னையில் தன் கணவன் அலைவுறுதலை 'கோடிட்ட இடங்களை நிரப்புதல்' என்ற தொகுப்பில் சுமதி ராம் தன் மகளுக்கு கவிதைகளாக்கிப் பகிர்ந்திருப்பார். துயரத்தினை மீறின கொடுப்பினை அது.

ஆறு வருடங்களுக்கு முன் சென்னையில் நாங்கள் நடத்திய ஒரு புத்தக வெளியீட்டு விழாவிற்கு பங்கேற்பாளராக வந்திருந்த ராம் யாரும் எதிர்பார்க்காத ஒரு கணத்தில் மேடைக்கு அழைத்து என்னை எலும்பு நொறுங்கக் கட்டி அணைத்து, 'ஒரு ஆண் இன்னொரு ஆணை இப்படிப் பொது இடத்தில் வைத்து முத்தமிடுவது உங்கள் பார்வையில் அநாகரிகமெனில் அந்த அநாகரிகத்தை நான் இப்போது உங்கள் எல்லோர் முன்பும் செய்ய விரும்புகிறேன்' என்றபோது வெடித்து அழுததைத் தவிர வேறென்ன செய்திருக்க முடியுமெனத் தெரியவில்லை எனக்கு.

கொங்கு நாட்டு எளிய சம்சாரி

திரைக்கலைஞர். சிவக்குமார்

சென்னை அண்ணாசலையில் உள்ள Rain Tree ஹோட்டலில் அக்கூடுகை நிகழ்ந்தது. தமிழ்நாட்டின் பல திசைகளிலிருந்தும் சுயநிதிக் கல்லூரிகளின் முதல்வர்களும், தலைவர்களும் உட்கார்ந்திருந்தார்கள்.

நடிகர் சூர்யாவும், கார்த்தியும் அவர்கள் ஒவ்வொருவரையும், கைகுலுக்கி, கைபிடித்து அழைத்துவந்து இருக்கைப்படுத்திக் கொண்டிருந்தனர். அந்நிகழ்வின் நிறைவுரையை ஆற்ற நான் அழைக்கப்பட்டேன்.

முன்னகர்த்தப்பட்ட ஒரு தனி நாற்காலியில் சிவக்குமார் சார் உட்கார்ந்திருந்தார்.

நான் காமராஜரிலிருந்து துவங்கினேன். காமராஜர் முதல்வரானவுடன் நடந்த மிக முக்கியக் கூட்டம் அது. தலைமைச்செயலரில் ஆரம்பித்து, கல்வித்துறை இயக்குநர்கள் வரை முதல்வர் முன் அமர்ந்திருக்கிறார்கள். அவர்களைப் பார்த்து காமராஜர் பொதுவாகக் கேட்கிறார்.

"தமிழ்நாட்டிலுள்ள ஒரு ஐந்து வயதுக் குழந்தை, காலையிலும் மாலையிலும் எத்தனை மைல் நடந்து போய்ப் படிக்க முடியும்?"

"ஐந்து மைல் வரை அய்யா"

ஒரு ஐ.ஏ.எஸ். அதிகாரியின் அவசரக்குரல் அது.

"அப்படின்னா 10 மைல்களுக்குள் ஒரு அரசு துவக்கப்பள்ளி இருக்கவேண்டுமெனில் எத்தனை பள்ளிகள் ஆரம்பிக்க வேண்டும்? எவ்வளவு செலவாகும்?"

பல ஐ.ஏ.எஸ் மூளைகள் கணக்குப் போட்டன. மேஜைக் கணக்குகளிலும், புள்ளி விவரங்களிலும்தானே இவர்கள் காலமே கழிகிறது.

"அது முடியாது அய்யா?"

"ஏன் முடியாதுன்றேன்?"

"ஒரு ஸ்கூல் ஆரம்பிக்க அறுபதாயிரம் ஆகும். ரெண்டு வாத்தியாருங்களுக்கு சம்பளம் தரணும். அதுக்கெல்லாம் கஜானாவுல பட்ஜெட் இல்ல"

காமராஜருக்குக் கோபம் தலைக்கேறுகிறது. குரலை அப்படியே உயர்த்தி,

"இல்ல, இல்லன்றதுக்கு எதுக்குய்யா ஐ.ஏ.எஸ், ஐ.பி.எஸ்?"

அக்கோபத்துடனே திரும்பி,

"சுந்தரவடிவேலு, இப்பத்தானே ரஷ்யா போய்ட்டு வந்தீங்க? அப்படி பள்ளிகளை ஆரம்பிக்க ஏதாவது சாத்தியம் உண்டா?"

"உண்டு அய்யா"

"எப்படி?"

அவர் விளக்குகிறார். பள்ளிகளை நிறுவனங்களோ, தனியார்களோ கட்டித்தருவது. ஆசிரியர்களின் சம்பளத்தில் பாதியை மட்டும் அரசு தருவது.

"மீதியை?"

"தனியார்களோ, நிறுவனங்களோ தருவது!"

"ஸ்கூல் அவனுங்களதா ஆயிடாதா?"

"ஆகாது அய்யா, முழுக் கண்ட்ரோலும் நம்ம கையிலதான். அதுக்கு அரசு நிதி உதவி பெறும் பள்ளிகள்ன்னு பேரு"

"எவ்வளவு செலவு"

"மொத்த செலவே இரண்டு கோடிக்கும் கீழே

காமராஜர், தலைமைச் செயலர் பூர்ணலிங்கத்தைப் பார்க்கிறார்.

''அப்புறம் என்னா பூர்ணலிங்கம்? ஃபைலை சுந்தரவடிவேலுகிட்டக் குடுத்துட்டு நீ கௌம்பு''

தன் பிள்ளை, எப்படியாவது படித்து விட வேண்டுமென்ற ஒரு தகப்பனின் வேட்கை அது. அதன் தொடர்ச்சிதான் 'அகரம்'

நான் பேசி முடித்து எனக்கு இரண்டடி தூரத்திலிருந்த சிவக்குமாரைப் பார்த்தேன்.

கண்கள் கலங்கி, அப் பொது இடத்தில் அழுது கொண்டிருந்தார். சட்டென இருக்கையை விட்டெழுந்து என் கன்னத்தில் ஒரு அறை விட்டார்.

அநியாயத்திற்கு வலித்தது.

அதனூடே என் கையைப் பிடித்து,

''அன்பாலே அடிச்சதுடா, வலிக்குதா'' என என் கன்னம் தடவினார்.

இப்படித்தான் சிவக்குமார் என்ற கலைஞனை நான் முதன் முதலில் அறிந்தேன்.

ஆனால் அவர் குடும்பத்துடன் ஏதோ ஒரு வகையில் செயல்பாட்டுத் தொடர்பிருந்தது.

'அகரம்' சார்பில் விஜய் தொலைக்காட்சியில் அரைநாள் பிரமாண்டமான நேரலை ஏற்பாடு செய்யப்பட்டிருந்தது. வண்ண விளக்குகளான அம்மேடை முன், கேலரியில் ஆயிரம் மாணவ மாணவிகள் உட்கார்ந்திருந்தனர். அவர்களின் அப்பா அம்மா அகரம். அதுவே அவர்களை கல்லுடைக்கும் குவாரிகளிலிருந்து, கிணறு வெட்டும் ஆழத்திலிருந்து, ஆடு மேய்க்கும் சிறு காடுகளிலிருந்து, இரவு புரோட்டா கடை வாசலிலிருந்து மீட்டு கொண்டு வந்து,

மருத்துவ கல்லூரிகளிலும் பொறியியல் கல்லூரிகளிலும் சேர்ந்து படிக்க வைத்தது.

அந்நிகழ்வில் நானும் பேராசியர் கல்யாணியும் சிறப்பு அழைப்பாளர்கள். இடையில் ஒரு தேநீர் இடைவேளையில் நானும் ஷைலஜாவும் வெளியே வந்தபோது, சவுக்கு மரங்கள் அடுக்கி வைக்கப்பட்டிருந்ததன் இருட்டுப் பின்னணியில் நடிகர் சூர்யா, ஒரு மர ஸ்டூலில் உட்கார்ந்து நிகழ்வைக் கவனித்துக் கொண்டிருந்ததைக் கவனித்தேன்.

எங்களைக் கண்டவுடன் பாலா எழுந்து நின்று சூர்யாவுக்கு எங்களை அறிமுகப்படுத்தினார்.

''எங்க அப்பாவோட (பாலுமகேந்திரா) பொண்ணு. திருவண்ணாமலை. இக்குடும்பம் நாங்களெல்லாம் எப்போதும் இளைப்பாறப் போகும் ஒரு வேடந்தாங்கல்''

''நீ ஒருமுறை இவங்க வீட்டுக்குப் போகணும் சூர்யா''

சூர்யா என் கைகளைப் பற்றிக் கொண்டார்.

அதன் பின்னான பல தருணங்களில் நாங்கள் இருவரும் கட்டி அணைத்து எங்கள் பிரியத்தைக் கடத்தியிருக்கிறோம். விடுபட்ட மாணவர்களின் விடியலுக்காக, பல மணி நேரங்கள் உரையாடியிருக்கிறோம்.

அதன் தொடர்ச்சியாகவே நேற்று காலை சிவக்குமார் சார் கூப்பிட்டார். ஓரிரு வார்த்தைகளை எதிர்பார்த்துத் தொலைபேசியை எடுத்தேன். பேசி முடிக்க ஒருமணி நேரமானது. கோடைக்காலங்களில் மல்லாட்டைக்கு நீர்பாய்ச்சும்போது பார்த்திருக்கிறேன். மடையை ஒரு மண்வெட்டியால் வெட்டித் திருப்பும்போது வாய்க்கால் நீர் பாய்ந்தோடும்; நம் கால் நனைக்கும். பாய்தலை மண்கொண்டு தடுத்து வைத்திருக்கும் உடைத்தலின் வெறி அதற்கு. அதேதான் சிவக்குமார்

சாரின் பேச்சும்.

அவர் பேசப்பேச தூரத்தில் நின்று ஒரு இளைஞன் தன் வயலினை வாசித்துக் கொண்டிருக்கும் இசை அப்பேச்சின் பின்னணியில் ஒலித்துக் கொண்டேயிருந்தது.

சங்க இலக்கியப் பாடல்களில் துவங்கி மகாபாரதம், கம்பராமாயணம், குறள் என வழியெங்கும் நொப்பும் நுரையுமாக வளைந்து வளைந்து நவீன இலக்கிய வாசிப்பின் வாசல்வரை வந்து பாய்ந்தது.

ஜெயமோகனின் 'அறம்' தொகுப்பில் தனக்குப் பிடித்த கதை 'வணங்கான்.' அப்புறந்தான் 'யானை டாக்டர்' எனச் சொன்னார். ஆனால் பெரியார் பற்றிய ஜெயமோகனின் கருத்து தனக்கு உடன்பாடில்லை எனக் காத்திரத்தோடு மறுத்தார்.

மொழி அவர் உதடுகளில் தங்குதடையின்றிப் பிரவாகமெடுப்பதை உணர முடிந்தது.

அலுவலகத்திற்கு ஒரு மணி நேரம் தாமதமாகத்தான் போக முடிந்தது. அங்கேயும்கூட சிவக்குமார் சாரின் பேச்சே சுழன்று கொண்டிருந்தது.

பகல் முழுக்க அவர் பல செய்திகளைக் குறுஞ்செய்திகளாக அனுப்பிக் கொண்டேயிருந்தார். அசல் கொங்கு கிராமத்து மனுசனாகவே சென்னையில் நிலைபெற்றிருப்பது ஆச்சர்யமாயிருந்தது.

வீட்டிற்குத் திரும்பியவுடன் "உன் வாட்ஸ் அப்பைத் திற" என்று அவரிடமிருந்து வந்திருந்த வேண்டுகோளை ஏற்று வாட்ஸ் அப்பைத் திறந்தால் அடுத்த ஒருமணி நேரம் எதுவும் செய்ய முடியவில்லை. அவருடைய புகழ்பெற்ற காந்தியின் ஓவியத்தில் ஆரம்பித்து பெரியார், காமராஜர், சிவாஜி, சரோஜாதேவி, நாகேஷ் எனப்பல ஆளுமைகள் அவரின் அற்புதமான கோடுகளிலும், கலவையிலும்

பவாசெல்லதுரை 45

உயிர்பெற்றிருந்த ஓவியங்களை அனுப்பியிருந்தார்.

செயலற்று அப்படியே அவைகளைத் திரும்பத் திரும்பப் பார்த்துக் கொண்டிருந்தேன்.

என் ஆதர்ச ஓவியர் சந்தானராஜின் ஓவியக் கல்லூரி மாணவன் அவர். ஐம்பது ஆண்டுகளுக்கு முன் சிவக்குமார் வரைந்த காந்தியின் போர்ட்ரைட்டை வெகு நேரம் பார்த்துக் கொண்டிருந்துவிட்டு,

''உன்னைத் தவிர வேறு யாராலும் இதை வரைய முடியாது மேன்'' என அவர் தோள் தட்டிப் பாராட்டியிருக்கிறார். சந்தானராஜ் சாரிடம் அப்படி ஒரு பாராட்டை யாரும் எளிதில் பெற்றுவிட முடியாதென்பது ஓவிய உலகம் அறிந்தது. அவ்வார்த்தைகளே மேலும் மேலும் வரைவதற்கு ஆதூரமானவை என அப்படியே அதை நினைவு கூர்ந்தார்.

திருவண்ணாமலை பெரிய கோவில் கோபுரங்களை, மக்கள் நடமாட்டம் எப்போதுமுள்ள சரிந்த சன்னதித் தெருவின் நெரிசலை மிக அற்புதமான கோடுகளால் வரைந்திருந்த ஓவியத்தை மீண்டும் அனுப்பினார். இவற்றை எங்கிருந்து கொண்டு வரைந்திருப்பாரென பல கோணங்களில் நான் என் மூளையைத் திருகிக் கொண்டிருக்கையில் மீண்டும் அவரே கூப்பிட்டார்.

''படங்கள் பார்த்தியா?''

''அதிலேயே இருக்கிறேன் சார்''

''திருவண்ணாமலைக் கோவிலுக்குப் போய்விட்டு, சன்னதித் தெருவில் இறங்கி நடக்கிறேன். அந்தத் தெருவும், பழமையான வீடுகளும், எதிரே பதினாறுகால் மண்டபமும் என்னை வரைய மாட்டாயா ஓவியனே? என, தன் கண்களால் என்னை யாசிப்பது போல உணர்ந்தேன். அந்நிமிடம் எதனாலோ உந்தப்பட்டு எதிரிலிருந்த யாரோ ஒரு வீட்டின் முன் நின்று, நான் ஒரு ஓவியன், உங்கள் வீட்டு

மாடி அறையிலிருந்து இத்தெருவை வரைய அனுமதிக்க வேண்டுமென வேண்டினேன்.

சிறு தயக்கத்தோடு அவர்கள் என்னை அனுமதித்தார்கள். எட்டு மணிநேரம் புற அசைவுகள் எதுவுமின்றி அத்தெருவை அதன் இயங்குதலை வரைந்து முடித்தேன்."

படைப்பூக்கம் மிக்க பித்தேறிய சில கலைஞர்களுக்குக் கூட எப்போதாவது மட்டுமே நிகழும் அபூர்வ கணமது.

கிராமத்திலிருந்து வரைந்தவை. ஓவியக் கல்லூரியில் சேர்ந்து சென்னை வாழ்வு பிடிபடாமல் அலைக்கழிந்தபோது வரைந்தவை. சந்தானராஜ் என்ற மகா கலைஞன், ஒரு சிற்பத்தின் கண்களைக் கடைசியாய் திறப்பதுபோல என் கண்களைத் திறந்தபோது வரைந்தவை. செயின்ட் தாமஸ் மவுண்டில் தனித்திருந்த அவர் வீட்டிலிருந்து வரைந்தவை.

அவர்தான் பவானிசங்கர் என்ற ஒரு புகைப்பட கலைஞனை எனக்காக வரவழைத்து, என்னைக் கறுப்புவெள்ளையில் புகைப்படங்கள் எடுத்து இயக்குநர் ஸ்ரீதர் சாருக்கு அனுப்பி வைத்தவர். என் வாழ்வின் எல்லா ஆதர்ச ஸ்ருதியும் அவரே, அவரே என தழுதழுத்ததை நன்றியோடு மறுமுனையில் கேட்டுக் கொண்டிருந்தேன்.

"இப்போது யோசிக்கையில் எல்லோருமே கொஞ்சம் முயன்றால் நடித்து விடமுடியும். அப்படித்தான் நானும். ஜோக்கரில் என்னை விடவும் பவாசெல்லதுரை என்ற கலைஞனின் நடிப்பு எனக்குப் பிடித்திருந்தது. அது மிகையில்லாதது.

ஆனால் வரைதலின்போது நான் தனித்திருக்கிறேன். குழைக்கப்பட்ட வண்ணமும் எதிரே கேன்வாசும் மட்டுமே என் தோழர்கள். வெறியோடு அதில் இயங்கிய காலங்களே என்னை

ஆச்சர்யப்படுத்துகிறது பவா'' என்று சொன்னபோது குரல் அநியாயத்திற்குக் குழைந்திருந்தது.

"சூர்யாவும், கார்த்தியும் என் அத்தனை ஓவியங்களையும் சேகரித்து முடித்திருக்கிறார்கள். 'Coffee table' புத்தகமாக அவற்றை மாற்ற இருக்கிறார்கள். அதன்மீது பெரிய எதிர்பார்ப்பும், வேட்கையுமிருக்கிறது.

பிள்ளைகள் என் ஆழ்மனதிலிருந்த ஓர் ஆர்வத்தைச் சுலபமாக வெளியே எடுத்துவிட்டார்கள். என் மனநிலையிலேயே இருக்கும் பிள்ளைகளுக்கும், அப்பாவுக்கும் மட்டுமே வாய்க்கக் கூடிய அபூர்வத் தருணமிது.

எனக்கு வாய்த்தது பெரும்பேறு'' என அவர் தழுதழுத்தார்.

"என் வீட்டிற்கு வரும் எவருக்கும் இனி அந்த ஓவியப் புத்தகமே பரிசளிக்கப்படும்."

சமீபத்தில் நண்பர், ஏ.எஸ்.பன்னீர்செல்வம் புகழ்பெற்ற ஓவியர் கே.ஜி.சுப்ரமணியத்தின் முழு ஓவியங்கள் அடங்கியப் புத்தகத்தை எனக்குப் பரிசளித்தார். என் இரு கைகொண்டும் தூக்க முடியாத அதில் அவர் வாழ்நாளின் எல்லாப் பகல்களும், இரவுகளுமிருக்கின்றன. அதுவே அவர் ஜீவிதம். அதைச் சுமக்கிற ஒருவன் சுப்ரமணியத்தின் ஜீவிதத்தைச் சுமந்தலைகிறான். அவர் வாழ்வின் அனுபவச் சாரத்தைப் பருகுகிறான். ஏனோ சிவக்குமார் சாரின் பேச்சினூடே எனக்கு கே.ஜி.சுப்ரமணியன் ஞாபகத்துக்கு வந்தார்.

"நான் இப்போது நிற்கிற இங்கிருந்து கடந்து போன என் வாழ்வைத் திரும்பிப் பார்க்கிறேன் பவா.

கண்கள் கூசும் புகழ் வெளிச்சம் ஒரு நடிகன் என்ற முறையில் என் மீது அளவுக்கதிமாகப் பாய்ச்சப்பட்டது. கட்டளையிடும் இடத்திற்கு

நான் உயர்ந்தபோது, முதன்முதலில் செய்தது ஒவ்வொரு விளக்குகளாக அணைக்கச் சொன்னதைத்தான்.

நான் அடிப்படையில் ஓவியன். அப்புறம் எளிய வாசிப்பாளன். மகாபாரதத்தையும், கம்பராமாயணத்தையும் பல ஆண்டுகள் இடைவிடாமல் படித்து அவற்றை இரண்டிரண்டு மணி நேரமாக என்னுள் அடுக்கிக் கொண்டவன். அவற்றைத் தமிழ்நாட்டு மக்கள் திரண்ட மேடைகளில் பேசிப் பார்ப்பவன். அவ்வளவுதான்''

''அவ்வளவுதானா சார் நீங்கள்?''

இன்னும் இரண்டு போகஸ் விளக்குகளை கூட்டி வைக்கச் சொல்லும் உலகில் நீங்கள் அணைக்கச் சொல்கிறீர்கள்.

இன்னும் பத்து வீடு வாங்கு, இன்னும் இரண்டு கார் வாங்கு என மகன்களை லௌகீகத்திற்கு ஆர்வப்படுத்தும் அப்பாவா நீங்கள்?

'இன்னும் பத்து அடித்தட்டுப் புள்ளைகளைப் படிக்க வையுங்கடா' என அதட்டிச் செல்லும் அப்பா.

அதனாலேயே நாம் நட்பின் கண்ணிகளில் இணைக்கப் பட்டிருக்கிறோம். இது நாளுக்கு நாள் இன்னும் இன்னும் இறுகும் சார்.

மறுபடியும் முதலிலிருந்து ஆரம்பிக்கலாம்...

ஜீவிதம் மகா அற்புதமான ஒன்று

தஸ்லீமா

எல்லோருக்குமான விடியல்தான் அன்று தஸ்லீமாவுக்கும். ஆனால் அன்றைய வழக்கங்கள் எதையும் அவர் மேற்கொள்ளவில்லை. ஏதோ ஒரு மீறல் மனதை அழுத்தியது. அது உடலிலும் தெரிந்தது.

நீண்ட நேரம் மௌனித்து உட்கார்ந்திருந்தாள். அவளுடைய இயல்பின்மை கணவர் நைமை பதட்டப்படுத்தியது. ஆனாலும் எதிரில் இப்போது உறையும் மௌனம், இதுவரையிலான இருபது வருட வாழ்வில் அவர் எதிர்கொள்ளாதது.

"என்ன ஆச்சு தஸ்லீம்?"

ஆதரவான கையின் ஸ்பரிசம் ஒன்று, அவள் தோள்களைத் தொட்டது.

"இந்த அன்றாடங்களை நான் வெறுக்கிறேன் நைம்"

"புரியல"

"தூங்கியெழுவது, சமைப்பது, குழந்தையைத் தயார்ப்படுத்துவது, மாமியார் மாமனாரைப் பராமரிப்பது, இரவு உன் வருகையை எதிர்பார்த்துக் காத்திருப்பது, சமைத்துத் தீர்ப்பது, அப்புறம் உன்னோடு படுக்கையைப் பகிர்ந்து கொள்வது, அடுத்த நாள் மீண்டும் தூங்கி எழுவது..."

"போதும் தஸ்லீம்!"

அவன் கண்கள் லேசாகக் கலங்கியிருந்தன. அநியாயத்திற்குப் பதட்டத்திலிருந்தான்.

"அதனால்?"

"நான் என் இந்த நாற்பதாவது வயதில் இவ்வாழ்விலிருந்து இன்னொரு வாழ்விற்கு மாறலாமென நினைக்கிறேன் நைம்"

"புரியல"

"வாழ்ந்ததற்கு ஏதாவதொரு அர்த்தம் இருக்கணும் நைம். என் பால்யகாலக் கனவு ஒன்று உண்டு. இதுவரை ஒரு நிழல் போல அது என்னைப் பின் தொடர்ந்து வருகிறது. ஆட்டிசம் பாதிக்கப்பட்ட குழந்தைகளைப் பராமரிப்பதற்கு என் மீதி வருடங்களைச் செலவிடப் போகிறேன்"

அவளின் சமீப நடவடிக்கைகள், ஏதோ ஒரு பேரிடியைத் தன் தலையில் இறக்கப் போகிறது என்பதை ஆரம்பத்திலேயே அவனுக்கு உணர்த்தியிருந்தது எதிர்பார்த்த ஒன்றுதான். அது இத்தனை பெரிய பாரம் மிக்கது என்பதுதான் தாங்க முடியாததாய் இருந்தது.

"அப்படியெனில் நம் மகளின் எதிர்காலம்?"

"அவரவர் எதிர்காலத்தை அவரவரே பார்த்துக் கொள்வார்கள் நைம். என் எதிர்காலத்தை என் அப்பா அம்மா தீர்மானிக்கவில்லை. நானேதான் தீர்மானித்தேன்"

அவளின் தர்க்கத்தைக் கடக்க முடியாமல், கரைக்கு இப்புறமாகவே நைமால் நிற்க முடிந்தது.

இரண்டாண்டுகளுக்கு முன் இதே போலொரு கோடையில், தஸ்லீமா தன் வெள்ளைக்கார நண்பனோடு, ஒரு சுட்டெரிக்கும் மத்தியானத்தில் என் வீட்டிற்கு வந்தாள்.

கூட வந்த அந்நண்பனுக்கு முப்பது வயதியிருக்கலாம்.

நான் திகைப்பதைப் பார்த்து,

Pekka Kontiainen. பின்லாந்து. ஆந்தைகளின் வாழ்வைப் பற்றி P.hd முடித்துள்ளார். நானும் பெக்காவும் சேர்ந்துதான் ஆட்டிசம் பாதிக்கப்பட்ட குழந்தைகளுக்காகப் பணியாற்றப் போகிறோம்" தஸ்லீமாவின் குரலில் இருந்த அழுத்தம் என்னைப் பிரமிக்க வைத்தது.

"நாங்கள் அச்சமின்றி இந்த ஊரில் தங்குவதற்கு ஒரு இடம் வேண்டும் பவா"

நிலத்தில் கட்டியிருந்த சிறு குடிலை அவர்களுக்குக் காண்பித்தேன்.

அடுத்த நாள் காலை அதுவரை நான் குடித்தறியாச் சுவையில் பின்லாந்து கருப்புக்காபியை அவர்களோடு பகிர்ந்துகொண்டேன்.

Pekka Kontiainen என்ற பெயர் எதனாலோ அவனுக்கு உறுத்தியது.

'விஷ்வா' என நாங்கள் எல்லோரும் சுலபத்தில் அழைக்கும்படி தன் பெயரை மாற்றிக் கொண்டான்.

நீர் பாய்ச்சுவது, மாட்டுக்குத் தீவனம் வைப்பது, தெரு நாய்களுக்கு சோறாக்கிப் போடுவது எனத் துவங்கிய அவர்களின் நிலத்து வாழ்க்கை கொஞ்ச நாட்களிலேயே அவர்களின் இலக்கை அடைந்தது.

தினம் பத்து ஆட்டிசம் பாதிக்கப்பட்ட குழந்தைகளோடு அவர்கள் நிலத்துக்கு வருகிறார்கள். நாளெல்லாம் காடு, மேடு, நீர், நிலம், பூனை, நாய் என அவர்களைப் பழக்குகிறார்கள்.

மகன் வம்சி அக்குழந்தைகளின் ஒருநாளை, படமாக்கியிருக்கிறான். வாய்ப்பிருப்பின் பாருங்கள்.

Divya Rasa & Temple of love (Youtube link : https://www.youtube.com/watch?v=pS4x1guVP28) .

ஒரு நாளும் அவர்கள் முகத்தில் சலிப்பையோ, துக்கத்தையோ நான் பார்த்ததில்லை. விரும்பிய பணியைச் சேர்ந்து செய்ய, தன்னைவிட பத்துவயது குறைவான ஒரு சக ஹிருதயனை அவள் தன் நண்பனாக, தோழனாக அல்லது காதலனாக இணைத்துக் கொண்டாள். அவ்வளவுதான்.

இதற்கு மேல் நாம் பார்க்க வேண்டியது, ஒரே ஒரு ஆட்டிசம் பாதிக்கப்பட்ட குழந்தையோடு ஒரு பெற்றோராலேயே இருக்க முடியாது. அவர்களிருவரும் பத்து பேரோடு தினம் தினம் வாழ்கிறார்கள் என்பதை மட்டுந்தான்.

ஏதோ ஒரு நாளில் தன் கணவர் நைமின் சகிக்க முடியாத தனிமை தஸ்லீமாவையும் அடைந்திருக்கக்கூடும்.

இணையத்தில் தேடி தன் கணவனுக்கு ஒரு பெங்காலி ஆர்க்கிடெக்டை மனைவியாக, தானே சாட்சிக் கையெழுத்துப் போட்டுச் சேர்த்து வைத்தாள்.

இப்போது தஸ்லீமாவும், விஷ்வாவும் எடுக்கும் எல்லா முயற்சிகளிலும், ஒரு தாயின் கருவறை வடிவில் அவர்கள் அக்குழந்தைகளுக்காகக் கட்டப்போகும் விடுதியின் பூமி பூஜையிலும் நைம் தன் புதுமனைவியோடு வந்திருந்து வாழ்த்தியதை, பின் வரிசையில் நின்று கவனித்தேன்.

"வாழ்க்கை மகா அற்புதமான ஒன்று. அது ஒருபோதும் எதிர்பார்க்காத ஏதோ ஒன்றை, உங்களுக்காகப் பொத்தி வைத்துக் காத்திருக்கும்" என பாலச்சந்திரன் சுள்ளிக்காடு என் ஸ்நேகிதி தஸ்லீமாவுக்காகவும், நண்பன் விஷ்வாவுக்காகவும்தான் எழுதியிருக்க வேண்டுமெனத் தோன்றுகிறது எனக்கு.

ஆண்பால் பெண்பால் அன்பால்

அம்மாவுக்குக் கல்யாணமாகி பதினாறு வருஷம் கழித்துப் பிறந்தவன் நான். கோவில் கோவிலாகப் போய், மண்சோறு தின்று,தேவாலயங்களில் முட்டி போட்டு ஜெபித்து என அம்மாவின் நீண்டபிரார்த்தனையில் கருக்கூடிய பிள்ளை நான் என்பதால் சின்ன வயதிலிருந்தே அத்தனை செல்லம்.

வளர்ந்து பெரியவனாகி தடிமாடு மாதிரி ஊர் சுற்றிவிட்டு நண்பர்களோடு வந்து சாப்பாட்டுத் தட்டின் முன் உட்காரும்போது நண்பர்களுக்குத் தெரியாமல் இரண்டு அவித்த முட்டைகள் என் சோற்றுக்கடியில் மறைத்து வைக்கப்பட்டிருக்கும். அம்மாவின் பிரியம்.

என் உடல் கறுப்பை யாராவது எந்த வயதில் கிண்டலடித்தாலும், ‘பொறக்கும்போது எம்புள்ள ரத்தச் செவப்புதான், தெரியாம ஒரு நாளு நாந்தான் காக்காக்கறி கொடுத்திட்டேன், அப்பயிருந்துதான் லேசா இந்தக் கறுப்பு ஒட்டிக்கிச்சு’ என்பதைச் சிரிக்காமல் சீரியசாக சொல்லத் தெரிந்திருந்த அம்மா அவள்.

பெண் என்பவள் எல்லோரையும் போல எனக்கும் அம்மாவிலிருந்துதான் ஆரம்பம்.

என் ஆரம்பக்கல்வி, அப்பா வேலை பார்த்த அரசு பழங்குடியின உண்டு உறைவிடப் பள்ளியில். என்னைச் சுற்றிலும் எப்போதும் இருளர் இனச்சிறுமிகளும் சிறுவர்களுமிருந்தார்கள். அவர்கள் மேலிருந்து எழுந்த ஒருவாசத்தின் கிறக்கம் இன்றளவும் அப்படியே என்னுள் கிடக்கிறது. அவ்வாசம் மேலெழுகையில்தான் நான் சத்ரு, பச்சை இருளன், ஓணான்கொடி சுற்றிய ராஜாம்பாள் நினைவுகள் என என் முக்கியமான கதைகளை எழுதியிருக்கிறேன். மற்றவர்களுக்கு அது வீச்சமாக இருக்கலாம், எனக்குமட்டும் அது வாசம்தான்.

பெண்ணின் அருகாமை, தொடல், அணைத்தல், எதற்கெனப் புரியாத திருட்டு முத்தமென எல்லாமுமாய் என் வாழ்வும் அங்கிருந்துதான் துவங்கியது.

ஆறாம் வகுப்பில் நகரத்தின் ஒரு கிருஸ்துவப் பள்ளிக்கு நான் இடம் மாறியபோது அங்கிருந்த ஆசிரியைகளின் சுத்தமும், உடைகளும், உடல்நிறமும் என்னைத் திக்கு முக்காட வைத்தன.

கொஞ்சம் கொஞ்சமாக நான் ஐந்தாவது வரை அனுபவித்த வாசத்தை, வீச்சம் என என் உடல் உணரத் தொடங்கிய துர்பாக்கியமும் அப்போதுதான் ஆரம்பித்தது.

இன்றளவும் என் உலகத்துப் பெண்கள் வேறு. அவர்கள் ஸ்லீவ்லெஸ் ப்ளவுஸ் அணிபவர்களோ, டைட் ஜீன்ஸும் ஆங்கில வாசகம் எழுதிய டீஷர்ட்டும் போட்டு வருபவர்களோ அல்ல. முட்டிக்கால் வரை தூக்கிச்செருகிய புடவையோடு அதிகாலை ஆறுமணிக்கே சேற்றிலிறங்கி மத்தியானம் வரை நிமிராமல் நாற்று நட்டோ, களை எடுத்தோ, உடன்குனிந்த பெண்களோடு ஊரில் யார் யாரை வச்சிருக்காங்க? தன் மாமன் படுக்கையில் தன்னை எப்படியெல்லாம் கையாளுவான் என்றோ பேசிச் சிரித்து, உடல்வலி மறக்கும் பெண்களே இன்றளவும் என் உலகத்துபெண்கள்.

என் வாழ்வில் அவர்கள் இருப்பதால் என் கதைகளிலும் அவர்கள் மட்டுமே இருக்கிறார்கள். என் கதைகளில் வரும் அஞ்சல, மல்லிகா, ராஜாம்பா என நீளும் பெயர்களை நீங்கள் காட்சிப் படுத்தும்போது முழங்கால் வரை தூக்கி செருகிய புடவையோடு, குதிகால் வரை சேற்றில் புதைந்த மனுஷிகளே உங்களுக்குத் தெரிவார்கள்.

நடவு முடிந்து வரப்பேறி வரும் கண்ணம்மாவை இவர்களின் பிரதிநிதியாக உங்கள் முன் நிறுத்த ஆசைப்படுகிறேன். இந்த நட்ட நடுமத்தியானத்தில், இந்த வரப்பில் நின்று கண்ணம்மாவிடம் ‘‘உன்

வாழ்க்கை எப்படி கண்ணம்மா இருக்குது?'' என ஒரு நிருபர் தொனியில் நான் ஆரம்பித்தால்,

''உனக்கு வேற வேலை இல்லப்பா, எனக்கு நெறைய இருக்கு'' என சொல்லிக்கொண்டே அடுத்த வேலைக்கு அவள் போய்விடக் கூடும். கெஞ்சிக் கூத்தாடி அந்த வேப்ப மரத்தடி நிழலில் நிறுத்தி கண்ணம்மாவிடம் கேட்கிறேன்,

''உன் கைகாலெல்லாம் ஏன் இப்படி வெந்து கிடக்கு கண்ணம்மா?''

நிமிர்ந்து தீர்க்கமான ஒரு பார்வையால் என்னை ஏறெடுக்கிறாள் கண்ணம்மா.

பூதமங்கலத்தில் நடந்த தீமிதித் திருவிழாவில் ஒரு ஓரமாக நின்று வேடிக்கை பார்த்துக் கொண்டிருந்த இளவயதுக் கண்ணம்மா அப்போது அவள். எல்லோர் பார்வையும் மிதமிஞ்சிய பக்தியில் நெருப்பில் நடக்கும் கால்களையே கவனித்துக் கொண்டிருக்கையில், கண்ணம்மாவின் கண்கள்மட்டும், தத்தித்தத்தி நெருப்புக்குள் விழுந்துவிட்ட ஒரு மூன்று வயதுப்பெண் குழந்தையைக் கவனித்து விடுகிறது.

எரியும் நெருப்பிலிறங்கி அக்குழந்தையைத் தூக்கி தன்னை நோக்கி நீண்ட கைகளுக்குள் அடைக்கலமாக்குகிறாள். திடீரென்று எழுந்த ஜனங்களின் கூக்குரல்தான், தான் நெருப்பில் விழுந்து கிடக்கிறோம் என்று உணர்த்துகிறது அவளுக்கு.

அறுபது நாட்கள் ஆஸ்பத்திரியில் படுத்தெழுந்து வரும்போது அவள் உடலின் ஒரு பகுதி வெந்து தீய்ந்திருந்தது. அதிலெல்லாம் துளி வருத்தமில்லை கண்ணம்மாவுக்கு.

''ஒடம்புல ஒரு சின்ன வடுவில்லாத அந்தப் பொண்ண இப்ப மேற்கக் கல்யாணம் கட்டிக் குடுத்துட்டாங்கப்பா'' என்று

சொல்லும்போது அவள் கண்வழியே கசியும் பெருமிதம் நம் யாராலும் அளவிட முடியாதது.

ஒரு காவல் தெய்வம் போல கண்ணம்மா எங்கள் நிலத்தோடு வாழ்பவள். தூரத்திலிருந்து வரும் நல்ல பாம்பின் அசைவையும், விரியனின் அருகாமையையும் அவள் மட்டுமே அறிந்திருப்பாள்.

''ஒரு எட்டாவது வரைக்கும் மட்டும் படிச்சிருந்தா போதும் கண்ணம்மா நீ, நம்ம டிஸ்ட்ரிக்ட் கலெக்டர சீட்ல இருந்து எழுப்பி, 'தே செத்த அப்படிஒக்காரு, நான் கொஞ்சம் பாக்கறேன்' என பல வருடங்களாக தீராத பல பஞ்சாயத்துக்களை நீ முடிச்சிருப்ப கண்ணம்மா'' என ஷைலஜா சொல்லும்போது முகம் மலர்ந்து சிரித்துக் கொள்ள மட்டும் தெரியும் அவளுக்கு.

நாளெல்லாம் உழைத்து, வலிக்கும் கால்களோடு, கடை வரை ஒரு எட்டு நடந்து, குவார்ட்டர் பாட்டிலும், ஒரு கட்டு கணேஷ் பீடியும் தன் கணவன் சோமுவுக்கு வாங்கி மடியில் வைத்துக்கொண்டு நடக்கும் கண்ணம்மாவைப் பார்க்கும் போதெல்லாம் ஆண், பெண் உறவையும், அதிகாரத்தையும் வகைப்படுத்தத் தெரியாமல் நான் விழி பிதுங்கியதுண்டு.

ஒரு மனிதன் தன் வாழ்நாளில் ஏதோதோ காரணங்களால் ஐந்தாறு பெண்களையேனும் நட்பால், காதலால், காமத்தால் கடக்கிறவனாக இருக்கிறான்.

நானும் அதில் விதிவிலக்கல்லதானே!

எப்படிப் பார்த்தாலும் நான் அடிப்படையில் ஆண் திமிரேறிய ஒருஆள்தான். எந்த ஆளுமையோ, புத்தகங்களோகூட இதுவரை என்னை, பெண்ணை முழுமையாகப் புரிந்துகொள்ள நேரடியாய் கற்பித்ததில்லை. பெண்கள் மீதான என் சகமனிதத் தோழமை, ஒருவேளை என்வாழ்வின் இயல்பிலிருந்து நான் அடைந்ததே.

மூன்று வருடங்களுக்கு முன் ‘ஒரே கடல்’ என்ற மலையாளத் திரைப்படம் பார்த்தேன். இன்றளவும் என்னைப் புரட்டிப் போட்ட படம் அதுதான்.மம்முட்டி, மீராஜாஸ்மின், நரேன் என மூன்று முக்கோண மனிதர்களின் மனமும், எதிர்பார்ப்பும், ஏமாற்றமும், பேரன்பும், குரூரமும் படம் முழுதும் வியாபித்திருக்கும்.

அறிவு ஜீவித்தனத்தின் ஏமாற்றுதலுக்கு, ஒரு பக்கத்து போர்ஷன் பெண் தன்னையே தந்துவிடுவாள்.

So what?

அதனாலென்ன? என சகஜமாக நகரும் அம்மேதையின் அதன் பிறகான நாட்கள் அத்தனை சாதரணமாக நகரக் கூடியதா என்ன?

படைப்பாளிகளை, கலைஞர்களை தினம் தினம் அலைவுறும் மனதோடு எத்தனை பெண்கள் கடக்கிறார்கள். அவர்களிடம் பேசித் தீர்க்க, உங்கள் கதையில் வந்த காயத்ரி நான்தானே சார் என சந்தேகம் போக்க, ‘வாழ்நாளெல்லாம் உங்கள் வார்த்தைகளின் அருகாமையில் வாழ்ந்து விட்டால் போதும் சார்’ என இறைந்து மண்றாட, ஒருநாள் உங்களோடு இருந்திட்டா என் வாழ்வு அர்த்தப்படுமென, எந்த அர்த்தமுமற்ற சீரியல் உரையாடலோடு படைப்பாளி என்பவன் பின்னுக்குப் போய் ஆண் என்பவன் துருத்திக்கொண்டு முன் வந்து நிற்பது அந்த மாதிரியான தருணங்களில்தான். எழுத முடிந்த, எழுத முடியாமல் போன எத்தனையோ அவலக் காவியங்கள் ஒவ்வொருவருக்கும் தனித்தனியே இன்னும் இருக்கிறது.

என் பத்தாம் வகுப்பின் நிறைவில், நான் என் முதல் காதலைக் கண்டடைந்தேன். காதல் என்பதே கடிதங்கள் எழுதிக் கொள்வதுதானே! வைரமுத்து, மேத்தாவில் ஆரம்பித்து கலாப்ரியா, சுகுமாரன் என என் கடிதங்கள் விரிவடையும் போது அது முறிந்திருந்தது.

என் கடிதங்களைக் கொண்டு போக என் வகுப்புத் தோழியே என் பெண்புறா ஸ்நேகிதி. திரும்பப் பெறப்பட்ட ஒரு கடிதத்தில் கையெழுத்து மாறியிருந்ததைக் கவனித்து அதிர்ந்தேன்.

எதிர்பார்த்த மாதிரியே அப்பெண் தோழிதான். ஏன் நண்பா இக்கவிதைக் கடிதங்களைப் பெறும் பாக்யவதியாக நானே இருந்து விடக் கூடாது? என அவள் ஒரு ஹைக்கூ மாதிரி அக்கடிதத்தில் கேட்டிருந்தாள்.

வாழ்வு எத்தனை விநோதமானது தோழனே! இவற்றைக் கடந்துதான் ஒவ்வொருவரும் நிலையை அடைந்திருக்கிறோம்.

என் +2 படிப்பு முடிந்து கல்லூரியில் படிக்க ஆர்வம் மேலிட்டு அலைந்த நாட்களின் ஒரு பின்னிரவில்தான், ஒரு ஸ்டேண்ட் போட்டு நிறுத்தப்பட்டிருந்த சைக்கிள் கேரியரில் உட்கார்ந்து 'டீ' குடித்துக் கொண்டிருந்த அந்த வசீகரமான பெண் எனக்கு அறிமுகமானாள். என் தவிப்பைப் புரிந்து கொண்டவள் போல, கீழறங்கி வந்து என் தலை கோதி,

''பேரு விஜயா. டெல்லியம்மா வீட்ல தொழில் செய்றேன். சைக்கிள் ஓட்றதும், எல்லாரையும் அனுப்பிட்டு நடுராத்தில இப்படி தனியா வந்து டீ அடிக்கிறதும் புடிக்கும். உன்னை எனக்கு ரொம்பப் புடிக்கும். நல்லா படி''

இன்றும் என்னைக் கடந்த ஸ்நேகிதிகளில் விஜயா என்ற அந்த பாலியல் தொழிலாளிக்கும் ஒரு இடமுண்டு. எப்போதாவது எதிர்ப்படும் நேரங்களில் அவளுடன் வாய்த்த வலிமை வாய்ந்த உரையாடல்கள் இன்றளவும் என்னை ஸ்திரபடுத்திக் கொள்ள உதவியிருக்கிறது.

ஷைலஜா என் வாழ்விற்குள் வந்த போதுதான் அதுவரை அரைகுறையான புரிதலோடிருந்த பல விஷயங்கள் எனக்குப் பிடிபட்டன.

பெண் என்பவளின் பலமும், மனமும், தனித்துவமும், என்னை ஆழ புரிந்துகொள் என, என்னுள் இருந்த ஆண் திமிரிடம் நேரடியாகப் பேசிய கணம் அதுதான்.

வேறெந்த எழுத்தாளர்களை விடவும் எனக்கு பெண் ஸ்நேகிதிகள் அதிகம். நாமே வரைந்து கொண்ட அல்லது நம் குடும்ப அமைப்புகள் போட்டு வைத்திருக்கிற கண்ணுக்குத் தெரியாத எல்லைக் கோடுகளைத் தாண்டி சிலர் பிரவேசிக்கும்போது, நான் ஒரு பார்வையால் மட்டுமே எச்சரிக்கப்படுவேன். மற்றபடி என் படுக்கையறையில் மணிக்கணக்கில் உட்கார்ந்து பேசிக் கொண்டிருக்கக்கூட என் ஸ்நேகிதிகளால் முடியும்.

அது ஒரு மேலான இயல்பு. புரிந்து கொண்டமையின் அங்கீகாரம்.

மரணவீடுகளில் ஒப்பாரி வைத்து அங்கு போதையிலும், ஏளனத்திலும் இறைக்கப்படும் சில்லரைக் காசுகளைப் பொறுக்கியெடுத்து, அதிலிருந்து தினம் தினம் ஐம்பதுக்கும் நூறுக்கும் இட்லி வாங்கி, பசித்த குரங்குகளுக்குப் பகிர்ந்து கொடுத்த என் பாட்டுக்கார லட்சுமியின் இளகிய மனதை எந்தப் பெண் மனதோடும் என்னால் ஒப்பிட்டுப் பார்க்கவே முடிந்ததில்லை.

கண்ணம்மா, லட்சுமி மாதிரியான பெண்களின் உடல் மற்றும் ஆன்மபலங்கள், ஆண்களும் தேடியடைந்துவிட வாழ்நாளெல்லாம் முயலவேண்டியவை.

சாலைகளைக் கடக்கும் எந்த அவசரத்திலும் கவனித்திருக்கிறேன். ''என் சமூகம் உனக்கு முன்பாக செல்லும்'' என வாசகங்கள்

எழுதப்பட்ட வாகனங்களை. அப்போதெல்லாம் எனக்குள் தோன்றுவது, எந்த சமூகம் என் ஜீவிதத்தின் முன்னால் போகிறது?

பால் சக்காரியா, சந்தோஷ் ஏச்சிக்கானம், என்.எஸ். மாதவன் என்ற மூன்று எழுத்தாளர்களின் மூன்று முக்கிய கதைகளின் பெண்களே என்னை எப்போதும் ஆற்றுப் படுத்துபவர்கள், கலங்கடிப்பவர்கள் அல்லது வழிநடத்துபவர்கள்.

இரண்டாம் குடியேற்றம் என்று சக்காரியாவின் புகழ்பெற்ற ஒரு கதை உண்டு. ஆஷாமேத்யு என்ற எம்.ஏ. ஆங்கில இலக்கியம் படித்த அப்பெண் திருவனந்தபுரத்திலுள்ள ஒரு மனநோய் மருத்துவருக்கு எழுதும் கடிதமே கதை.

இனி ஆஷாவே எழுதுகிறாள்.

'நான் வாழப் போகிற கணவன் வீட்டிற்குப்போய், திருமணத்திற்குமுன்பே ஒரு பேயிங் கெஸ்ட்டாக ஒரு வாரம் தங்கி அவ்வீட்டின் இயல்பு, அம்மனிதர்களின் குணம், இயற்கையின் மீதும் மற்ற ஜீவன்கள் மேலும் அவர்களுக்குள்ள கரிசனம் என எல்லாவற்றையும் புரிந்துகொண்டு, பிடித்திருந்தால் மட்டுமே அவ்வீட்டிற்குக் குடியேறலாமாவென முடிவெடுக்கிறேன்.

அவ்வளவுதான் டாக்டர், என் வீட்டில் பிரளயம் வெடிக்கிறது.'

அவளை ஒரு மனநோய் பாதித்தவளாய் குடும்பம் நினைக்க ஆரம்பிக்கிறது. அதனாலேயே அக்கடிதம்.

ஆஷா மேத்யு இந்த நவீன சமூகத்தின் மிக முக்கிய மனுஷியாக, பெண்களின் சமூகத்தின் முன் செல்லும் வீராங்கனையாக நான் பார்க்கிறேன்.

எப்போது நினைத்தாலும் என்னை மூர்ச்சையாக்குகிற சந்தோஷ் ஏச்சிக்கானத்தின் 'இரை' என்றொரு கதை உண்டு.

நீரற்ற பாழ்கிணற்றில் தனித்து வாழும் ஒரு பாம்பு, தவறி விழுந்த ஒரு தவளையை விழுங்க அதைச் சமீபிக்கும்போது, தவளை வாய்த் திறந்து பாம்பிடம் பேசும்.

'இரு நண்பா. பொறு. என்னையும் தின்று முடித்தபின் மீண்டும் இப்பாழுங்கிணற்றில் பரவும் வெறுமையை என்ன செய்வாய்? அது பசியை விட கொடியதில்லையா?'

'அப்படியென்றால் நான் எப்படி உயிர்வாழ்வது?' பாம்பு நிதானத்துடன் கேட்கிறது.

'என்னைத்தான் உண்டு வாழவேண்டுமென்று எந்த விதியும் இல்லை. நீ இக்கிணற்றில் கிடக்கும் சருகை, சேற்றை, செடியைத் தின்று வாழலாம்'

'அதெல்லாம் முடியாது; நான் ஒரு மாமிச உண்ணி.'

'அதெல்லாம் நாமே உருவாக்கிக்கொண்ட பெரும் பொய்கள் சகோதரா, கொஞ்சநாள் தாவரங்களைச் சாப்பிடு என்னதான் ஆகிறாய் பார்க்கலாம்' இது தவளை.

ஒரு அசந்த சமயத்தில் தன் வாயை அகலமாகத் திறந்து, அப்பாம்பை அப்படியே தவளை விழுங்கும் காட்சியோடு கதை முடிகிறது.

உண்மையில் இது பாம்பு, தவளைக் கதையா?

எத்தனை காலம்தான் சமூகம் வரையறுத்த விதிகள் எனச்சொல்லி பெண் ஆணுக்கு இரையாகிக் கொண்டிருப்பாள்?

எந்தக் காரிருளிலும் என் சமூகத்திற்கு முன் அத்தவளையே தத்தித்தத்திப் போய்க்கொண்டிருக்கிறது.

என்.எஸ்.மாதவனும் இதே 'இரை' என்ற பெயரில் ஒரு புனைவெழுதியிருக்கிறார்.

கண்கள் கறுப்புத் துணியால் கட்டப்பட்ட ஒரு சர்க்கஸ் மாஸ்டர் முன், உடலில் டூ பீஸ் உடையோடு, சிலுவையில் தொங்கும் இயேசு மாதிரி ஒருத்தி தினம் தினம் நிற்க வேண்டும்.

கையில் உள்ள கத்திகள் தீரும் மட்டும் அவன் அவளை நோக்கி வீசுவான். கடைசிக் கத்தியின் வீசுதலுக்குப் பிறகு அச்சுவரை விட்டு அவள் அகலுவாள். ஒளியூட்டப்பட்ட அந்த வெற்றுச்சுவரில் கத்திகளால் வரையப்பட்ட அவள் உருவம் தெரியும். இக்கதையை நான் தொடரப் போவதில்லை. மாதவன், பெண் என்ற ஒரு 'இரை'யைப் பற்றிப் பேசுகிறார். என் சமூகத்தை முன்னகர்த்திப் போக வேண்டியவள் அம்மிணி என்ற அந்த "இரை" பெண்ணல்ல.

அந்த மாஸ்டரை எதிர்த்து சமர்புரியும் அவள் தங்கை ஜெயலஷ்மிதான்.

வாழ்வின் இக்கட்டுகளைக் கையாளத் தெரியாமல் விழிபிதுங்கி நிற்கும் போதெல்லாம் நிஜ வாழ்விலிருந்து கண்ணம்மாவும், லட்சுமியும், கதைகளிலிருந்து ஆஷா மேத்யுவும், ஜெயலஷ்மியும், பாம்பை விழுங்கிய அத்தவளையுமே என்னை இயக்குகிறார்கள்.

பெண்ணியம் என்பது புத்தகம் படிப்பதாலோ, பிரசங்கம் கேட்பதாலோ, படம் பார்ப்பதாலோ மட்டும் ஒரு மனுஷியின் மேல் படிந்து விடுவதில்லை.

ஒரு புகழ்பெற்ற பெண்ணிய எழுத்தாளர் அவர். தன் சக ஆண் எழுத்தாளர் வீட்டிற்குப் போகிறார். இரவு உணவிற்குப் பின் வெகுநேரம் இலக்கியம் பேசி முடித்து நேரம் பார்க்கிறார்கள். இரவு 12.00 மணியைக் கடந்திருக்கிறது.

அவள் தங்கியிருக்கும் விடுதியில் அவளை விட்டுவிட்டு வர அவர் புறப்படுகிறார்.

எழுத்தாளரின் மனைவி அவரைத் தனியே அழைத்து காதில் ஏதோ சொல்கிறார்.

''என்ன சார் பொம்பளயை விடப்போறீங்க. சீக்கிரம் வாங்கன்னு உங்க மனைவி சொல்றாங்களா?'' கிண்டல் கொப்பளிக்கும் வார்த்தைகளில் அவர் கேட்க,

''இல்ல மேடம், உங்க கூடவே இன்னிக்குத் தங்கிட்டு நாளைக்குக் காலைல வந்தால் போதும். இரவில தனியா வர வேணாம்ன்னு சொல்றாங்க'' என்கிறார்.

அவர் அதுவரை தனக்குள் உருவாக்கி வைத்திருந்த பிம்பங்கள் உடைந்து அந்த அறையெங்கும் சிதறுகின்றன.

அவர் பார்வையில் அந்த எழுத்தாளனின் மனைவி படிப்பற்றவள்; வாசித்தறியாதவள்; பெண்ணியம் பற்றி மேடைகளில் விவாதிக்கத் தெரியாதவள்.

இருந்துவிட்டுப் போகட்டுமே.

அவள் தன் அனுபவத்தால் இவற்றை அடைந்திருக்கிறாள். அதைச் சுலபமாகக் கடக்கத் தெரிந்தவளாயிருக்கிறாள்.

என் பள்ளி நாட்களில், கல்லூரிக் காலங்களில் உடன் படித்த, இப்போது உடன் பணிபுரிகிற பல பெண்ளுடன் என் உரையாடல்களை ஐந்து நிமிடம்கூட நகர்த்த முடியாமல் திணறுகிறேன்.

ஒருத்தி என்னை பைபிள் படித்து, ஆவிக்குரிய வாழ்விற்கு அழைக்கிறாள்.

கலையும், இலக்கியமும், சினிமாவும் சாத்தானின் துர்ச்செயல்கள் என எச்சரிக்கிறாள்.

இன்னொருத்தி, என் எழுத்தாள நண்பர்களிடம் சொல்லி தீபாவளிச் சீட்டு போட முடியுமா? என தன் வாழ்வின் கசப்பின் ஒரு சிறு பகுதியை அக்கோரிக்கையோடு சுருதி கூட்டுகிறாள்.

பொதுவாக எல்லோருமே இந்த அன்றாடங்களில் மிதிபட உள்ளூர விரும்புகிறார்கள். இதன் மீறலை நிராகரிக்கிறார்கள். ஒன்றிரண்டு பேர் கண்ணம்மா போல, ஆஷா மேத்யூ போல மேலெழுந்து வந்து என் கை பற்றிக் குலுக்குகிறார்கள். அக்கரங்கள் மிருதுவானவை அல்ல, ஆயிரம் வருட களிம்பேறிய கைகள்.

தொடக்கமும் தொடர்ச்சியும்

பிரபஞ்சன்

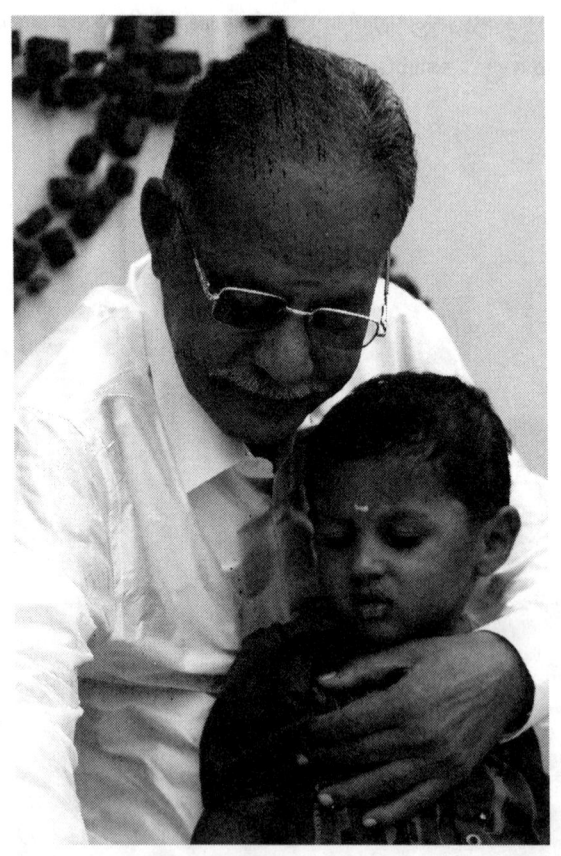

நெருக்கடிமிக்க சென்னை அண்ணா சாலையின் தென்புறம் நாங்கள் நான்கைந்து நண்பர்கள் நிற்க, மார்பில் அணைக்கப்பட்ட நான்கு பீர் பாட்டில்களோடு சாலையைக் கடந்த பிரபஞ்சனிடம் அந்த இரவு பத்துமணிக்கு சிலர் நின்று ஆட்டோகிராப் கேட்டார்கள்.

பீர் பாட்டில்களை அவர்கள் கையிலேயே தற்காலிகமாகத் தந்துவிட்டு சாலை ஓரமாக நின்று கையெழுத்திட்டுத் தந்த பிரபஞ்சனைப் பார்த்து,

''இதெல்லாம் வேணாம் சார், உங்களுக்கென்று தமிழ்நாட்டில் ஒருபெரிய இமேஜ் இருக்கு '' என்று சொன்ன என்னை தடுத்து,

''அப்படி ஒரு பொய்யான இமேஜை நான் வெறுக்கிறேன் பவா. நான் எதுவாக இருக்கிறேனோ அப்படியான பிம்பம் மட்டுமே வெளியிலேயும் பதிவாக வேண்டும். நான் எப்போதாவதுதான் குடிப்பவன். அது வெளியே தெரிய வேண்டாமெனில் இதை இனி தொடக்கூடாது இல்லையா'' என்ற அப்பபடைப்பாளியின் கையிலிருந்த பாட்டில்களை கொஞ்சநேரம் என் கைகளுக்கு மாற்றி நடந்தது நினைவிருக்கிறது.

எவர் கைகளிலேயும் நிரந்தரமாக அடக்கிவிட முடியாத நீர் தான் பிரபஞ்சன் எனத் தோன்றும். என் கல்லூரிப் படிப்பை முடித்து, இலக்கியம் நோக்கி வெறிகொண்டலைந்த காலத்தில் கி.ரா. பற்றிய ஒரு இலக்கியக்கூட்டத்தில்தான் பிரபஞ்சனை முதன்முதலில் பார்த்தேன்.

பட்டு வேட்டி, பட்டுச் சட்டை போட்டு கையில் புகைந்த ஒரு சிகரெட்டோடு அரங்கவாசலில் நின்றிருந்த அவரை ஏனோ அப்படிப் பிடித்துவிட்டது. எனக்கு அது இத்தனை ஆண்டுகளாகியும் அகல மறுக்கும் அன்பின் அடர்த்தி. பத்தாயிரம் ரூபாயை கவரில் வைத்து கொடுப்பார்கள் என்ற நிச்சயத்திற்காக, ஒன்றுமேயில்லாத ஒருவனை

உலகக்கவி என்றும், தன் படைப்பு அவன் அதிகாரக் காலடியில் அச்சேறக்கூடும் என்ற எதிர்பார்ப்பில், அவன் எழுத்து நோபலுக்கும் மேலே என எழுதுகிற பலபேருக்கு மத்தியில் பிரபஞ்சன் என்ற அசல் இன்றளவும் தமிழ்வாசிக்கும் பலராலும் நேசிக்கப்படுவதற்கு அவரிடம் இயல்பிலேயே இன்றளவும் இருந்து வருகிற இந்த எளிமையும் உண்மையும்தான் காரணம்.

தகுதிபெறாத படைப்புகள் எதுவாயினும், அதை எழுதியவன் இந்தியாவின் பிரதமரேயாயினும் தன் கால் சுண்டுவிரலால் அவர் எத்தித் தள்ளிய சம்பவங்கள் இலக்கிய உலகம் அறிந்தவைதான்.

எதிலும் எங்கும் நிலைத்திருக்கத் தெரியாத படைப்பாளிகளுக்கேயுள்ள அலைவுறும் மனம் கொண்டவர் பிரபஞ்சன். முறையாகத் தமிழ் படித்து, முதன்முதலில் மாலைமுரசு பத்திரிகையில் ஒரு நிருபராகத் தன் வாழ்வைத் துவக்குகிறார்.

துவக்கத்திலேயே உண்மையின் குரூர முகம் அச்சேற்ற மறுத்து அவரை வெளியேற்றுகிறது; அல்லது அவரே வெளியேறுகிறார்.

மானுட ஜீவிதத்தின் இந்த எழுபத்து மூன்று வயது வரை அவருக்கு ஏற்பட்ட முரண்பாடுகளையும், சமூக வாழ்வில் ஒரு படைப்பாளியால் சகித்துக்கொள்ள முடியாத அருவருப்பு மிக்க சமரசங்களையும் உதறித் தள்ளுபவராகவும், எதிர்கால லௌகீக வசதிகளைப் பற்றி எந்தக்கவலையுமின்றி ஆரம்பத்தில் தன் உடல் மீதேறிய அதே உற்சாகத்துடன் கடற்காற்றின் குளுமையுடனும், சுதந்திரத்துடனும் நம்மோடு அலைந்து திரியும் எளிய படைப்பாளியாகவும்தான் பிரபஞ்சனை ஒவ்வொருவருமே உணரமுடியும்.

நான் எழுதத் துவங்கிய ஆரம்பத்திலேயே என் முன்மாதிரியென தோழமையோடு குடியேறியவர் அவர்தான்.

என் 'சத்ரு' கதையை உலகின் தனித்துவமிக்க பத்து கதைகளில் ஒன்று என எழுதி ஒரு ஆரம்பகால படைப்பாளியைத் திக்குமுக்காட

வைத்தவர். மரங்களையும் பழங்குடி மனிதர்களையும் காடுகளையும் அதன் பச்சைய வாசனையையும் பவாவின் கதைகளில் நான் உணர்ந்தது போல வேறெங்கும் உணந்ததில்லையென எழுதிய கைகளை ஒரு நிமிடம் நான் பற்றிக் குலுக்க கூட அனுமதியாதவர்.

அக்கணத்தில் தனக்கு எது சரியென்றுத் தோன்றுகிறதோ அதன் பின்விளைவுகள் எதுவாயினும் எந்தக் கணக்கும் போட்டுப் பார்க்கத் தெரியாமல் அப்படியே உதறித் தள்ளி எழுந்து தனக்கு விருப்பமானதை நோக்கி நடக்கத் தெரிந்த ஒரு உண்மைத் துறவியின் மனம் எப்போதுமே பிரபஞ்சனுக்கு உண்டு.

ஒரு பிரபலமான வாரப் பத்திரிகையில் தான் எழுதிக் கொண்டிருந்த தொடர்கதையை ஏதோ சில மனநெருக்கடிகளால் எழுத முடியாமல் அவரின் பிரியப்பட்ட 'சுமதி' யை மௌண்ட்ரோட்டின் ஸ்பென்சர் முன் அநாதையாய் நிற்க வைத்துவிட்டு நட்ட நடு இரவில் திருவண்ணாமலைக்கு பஸ் ஏறின பிரபஞ்சனை இப்போது இக்கணத்தில் நினைத்துக் கொள்கிறேன்.

அதிகாலை திருவண்ணாமலை பேருந்து நிலையத்தில் அவரை அழைத்துவர என் பைக்கோடு நின்றிருந்த என்னைப் பார்த்து,

''இப்பத்தான் மனம் சந்தோஷமாக இருக்கு, அச்சு ஊடகம் படைப்பாளியின் வயிற்றைக்கீறி குடலை உருவக்கூடாது சார், நல்ல காபி உங்க ஊரில் எங்கு கிடைக்கும்?'' என இயல்புக்குத் திரும்பிய ஒரு மனிதனை நீங்கள் எந்த வகையில் சேர்ப்பீர்கள்?

ஒரு நல்ல காபிக்காக, பல மைல்கள் நடந்தும், ஆட்டோவில் பயணித்தும் பருகத் தெரிந்த ருசி வாய்த்தவர் அவர்.

ராயப்பேட்டை சரவணபவனின் அதிகாலைத் திறப்பு, என்பதே பிரபஞ்சனின் ஒரு குவளை தேநீருக்காகத்தான் எனத் தோன்றும். எல்லாத்தரப்பு மனிதர்களுமே அவரின் தோழமைப் பட்டியலில்

உண்டு. மனிதர்களை எதன் பொருட்டும் வரிசைப்படுத்தத் தெரியாதவர் அவர்.

மேன்சன் வாட்ச்மேன், கூரியர் கொண்டுவரும் பையன், சத்யம் தியேட்டர் வாசலில் பர்சைத் தொலைத்துவிட்டு ஊருக்குப் போக வழியில்லாமல் நிற்கும் ஜீன்ஸ் போட்ட இளைஞன், 'மகாநதி' படிச்சிட்டு அப்படியே உங்களைப் பாக்கப் புறப்பட்டு வந்தேன் சார் எனச் சொல்லிஅதிகாலையிலேயே கதவைத்தட்டும் ஆய்வு மாணவி இவர்களோடுதான் அவரின் காலை, அல்லது மதிய உணவு பகிர்ந்து கொள்ளப்படும்.

கையில் பணம் கிடைக்கும் தருணங்களில் நீங்கள் பிரபஞ்சனை அருகிலிருந்து அவதானிக்கக் கொடுத்து வைத்திருக்க வேண்டும். ஒரு வள்ளல் அவர் கைகளில் புகுந்து பரப்பரப்பான். கடைசி ஒரு ரூபாயும் தன்னிடமிருந்து அகலும் வரை அவரின் வெறிபிடித்த அடவுகள் தொடரும். எந்தக் காரணத்துக்காகவும் தன்னிடமுள்ள பணம் செலவழிந்துவிட வேண்டுமென நினைக்கும் ஒரு மனதைவிட வேறென்ன மேன்மை வேண்டும் ஒரு படைப்பாளிக்கு?

"சார், சில நண்பர்கள் உங்களைப் பார்க்க விரும்புகிறார்கள். கூட்டி வரட்டுமா?" என எஸ்.ராமகிருஷ்ணன் தொலைபேசியில் கேட்கிறார்.

"ரொம்பச் சந்தோஷம், வாங்க ராமகிருஷ்ணன். எத்தனை பேர் கூட வருவாங்க?"

"பத்திருபது பேர்"

"சந்தோஷம். உடனே வாங்க."

அடுத்த அரை மணி நேரத்தில் பீட்டர்ஸ் காலனி வீட்டையடைந்த அவர்களுக்கு, பூட்டிய வீடு அதிர்ச்சியைத் தருகிறது.

அணைத்து வைக்கப்பட்ட தொலைபேசி, தெரிந்தவர்களின் விசாரிப்புகள், அவர் வழக்கமாக போகுமிடங்கள் என எல்லாத் தேடுதல்களும் தோல்வியில் முடிய, அவர்கள் பெரும் ஏமாற்றத்துடன் திரும்புகிறார்கள்.

இப்படியான சிறு ஏமாற்றுதல்களை அவர் எப்போதும் சிரமேற்கொண்டு கைக் கொள்வதில்லை. அது அவரின் இயல்பு.

பத்துநாள் கழித்து ஒரு இலக்கியக் கூட்டத்தில் ராமகிருஷ்ணன் சிரித்துக் கொண்டே கேட்கிறார்.

"எங்களை வரச்சொல்லிட்டு வீட்டைப் பூட்டிட்டு எங்கேயோ போய்ட்டீங்களே சார்"

அவர் தனக்குக்குள்ளேயே சிரித்துக் கொள்கிறார்.

ஒரு நண்பரைப் பார்க்க அவசரமாகப் போக வேண்டியிருந்தது.

அது பொய் என இருவருக்குமே தெரியும். இருந்தாலும் ஒரு உயர்ந்த படைப்பாளி சொல்கிறார், இன்னுமொரு பிரபலமான எழுத்தாளனிடம். அது எப்படிப் பொய்யாகும்?

அன்று அந்நண்பர்களுக்குச் செலவழிக்க அவர் சட்டையில் பணமில்லை என்ற உண்மை இருவருக்கும் இடையேயிருந்த இடைவெளியில் ஒரு நாய்க்குட்டிபோலப் படுத்துக்கிடந்தது.

நண்பர்களை எப்போதும் போஷிக்க வேண்டுமென்பதை பிரபஞ்சனிடமிருந்தே நான் அடைந்தேன்.

விரும்பியபடி பணமில்லையென்பது எப்போதுமே அவருக்கு, தற்காலிகச் சோகம் மட்டுமே. அதன் பொருட்டு எவனை எப்படிப் புகழ்ந்தால் அதை அடைய முடியுமென அவர் மனம் எப்போதும் கணக்கு போட்டதில்லை.

பவாசெல்லதுரை 73

வெளியூர்ப் பயணம் முடிந்து பாண்டிச்சேரி வீட்டிற்கு வந்த ஒரு நள்ளிரவில், மேசையில் கிடந்த புதுவை அரசுக்கடிதம் அவரை ஆச்சர்யப்படுத்துகிறது.

அரசுக் கவியாக வரமுடியுமா? என பாண்டிச்சேரி மன்னன் கேட்கிறானா? அப்படியெனில் அதை நிராகரித்துவிட்டு விடிவதற்குள் சென்னைக்கு பஸ் ஏறி விட வேண்டுமென கடிதத்தைப் பிரிக்கிறார்.

வைத்தியலிங்கம் என்ற இயற்பெயரோடு சரியாக அச்சிடப்பட்ட அவர் வீட்டு விலாசம். அத்தனிமையில் மிகுந்த அருவருப்போடு அக்கடிதம் அவரால் பார்க்கவும், படிக்கவும் படுகிறது.

ஒரு முழு சிகரெட்டின் கரைதலுக்குப் பின் அவருக்கு எல்லாமும் பிடிபடுகிறது. அவரின் இப்போதைய தேவை ஒரு விடியல் மட்டுந்தான்.

விடிந்ததும் தன் உறவினரும் பாண்டிச்சேரியின் அப்போதைய அமைச்சருமான ஒருவர் வீட்டில் அக்கடிதத்தோடு இருக்கிறார்.

அவர் புன்னகைத்துக் கொள்கிறார். நன்றி சொல்ல வந்தவரை பின் எப்படி வரவேற்பது?

பிரபஞ்சன் சொல்கிறார்,

இப்படி ஒரு கேவலமான ஆணையை எனக்கு அனுப்ப வேண்டுமென உனக்கு எப்படித் தோன்றியது?

அமைச்சரின் முகம் இறுகுகிறது.

"பிரபஞ்சன் என்ற பெயரில் மானுட விடுதலைக்கும், வைத்தியலிங்கம் என்ற பெயரில் லாஸ்பேட்டையில் கள்ளுக்கடை எடுத்து வியாபாரம் செய்வேன் என நீ நெனச்சே பாரு, உன்னை விடக் கேவலமா இந்த உலகத்துல யாரும் என்னை நெனச்சிருக்க முடியாது" என அக்கடிதத்தை ஆறிக் கொண்டிருந்த தேநீர் கோப்பைக்குக் கீழே

வைத்துவிட்டு நடந்த பிரபஞ்சனின் மன உலகம் எதுவென நமக்கு புரிந்து கொள்ள முடியுந்தானே!

அந்த இயல்பிலிருந்துதான் அவரின் அத்தனை படைப்புகளும் திமிறியது. கலங்கிய ஏரியில் கையால் மீன் பிடிக்கும்போது நீருக்கு மேல் துள்ளும் விரால்கள் எவர் கைகளுக்குள்ளும் அடங்காது தோழனே!

எழுத்தாளன் எப்போதும் மனதாலும், உடலாலும் சுத்தமானவன் என்ற கொள்கையுடையவர் அவர். தொடர்ந்து அவரை நட்பால் பின் தொடரும் முருகேசபாண்டியன் போன்றவர்கள் அவரின் உடைகளைப் பற்றி மட்டுமே ஒரு தனிக்கட்டுரை எழுதிவிடக்கூடும். நல்ல உடை, நல்ல உணவு, சுகாதாரமான இருப்பிடம் இவை மட்டும்தான் சாகித்ய அகடெமி விருது உட்பட பல விருதுகளைக் குவித்த ஒரு தமிழ் எழுத்தாளனின் எளிமையான கனவு.

ஆனால் ஒருபோதும் அவை அவருக்கு எளிமையாகக் கிட்டியதில்லை. அதற்கே அவர் தினம் தினம் போராட வேண்டியிருக்கிறது. என் 'எல்லா நாளும் கார்த்திகை'யில் அவரைப் பற்றி 'இழப்பதற்கும், அடைவதற்கும் ஏதுமற்ற கலைஞன்' என்ற ஒரு கட்டுரையில்,

'ஒரு கலைஞன் ஒட்டுமொத்த மானுடப் பசியைப் போக்க ஒரு பக்கம் பாடிக்கொண்டே, தன் சொந்த பசிக்கான ரொட்டித் துண்டுகளையும் தினம்தினம் தேட வேண்டியிருக்கிறது'' என எழுதியிருந்தேன். அக்கட்டுரையைப் படித்துவிட்டு ஒரு மழை இரவில் பிரபஞ்சன் என்னைத் தொலைபேசியில் அழைத்தார்.

இரண்டு பக்கமுமே மௌனம் நீடித்த அதற்கும் உரையாடல் என்றே பெயர் சொல்லப்பட்டது.

தெளிவற்ற வார்த்தைகள் உடைந்து சிதறி அவரிடமிருந்து வந்ததை, அதற்கு முன்னும், பின்னும் அப்போது மட்டுமே கேட்டிருக்கிறேன்.

''என் ஐம்பது வருஷத்தை வீணாக்கிட்டேன்னு நெனெச்சேன் பவா, இல்ல நானும் இச்சமூகத்துக்கு ஏதோ செஞ்சிருக்கிறேன். அதுதான் உங்க எழுத்துல தெறிக்குது. நன்றி.''

நான் அவரைத் தொடர்வதற்குள் அவர் வெகுதூரம் போய்விட்டிருந்தார்.

நானறிந்து தமிழில் எழுதத் துவங்குகிற படைப்பாளிகளுக்கு அவர் தரும் உத்வேகம் எதைக் கொண்டும் அளவிடமுடியாதது. அதிலும் பெண்கள் எழுத ஆரம்பித்தால் பிரபஞ்சன் கொண்டாடித் தீர்ப்பார்.

பத்து வருடங்களுக்கு முன் பால் சக்கரியாவின் கதைகளை மொழிபெயர்த்து முடித்து இது சரிதானா தோழர் என தயங்கித் தயங்கி பிரபஞ்சனிடம் நீட்டிய கே.வி.ஜெயஸ்ரீக்கு முன்னுரையுடன் சேர்த்து, அதைப் புத்தகமாக்கி ஜெயஸ்ரீ கைகளில் கொடுத்தவர் அவர்.

நானறிந்து இது வேறெந்த மூத்த படைப்பாளிகளுக்கும் வாய்க்காத மனது. ஒவ்வொரு புத்தாண்டுக்கும் கட்டுக்கட்டாகத் தாள்களையும், உயர்ந்த விலையுள்ள பேனாக்களையும் வாங்கி, ஷைலஜாவுக்கும், ஜெயஸ்ரீக்கும் அனுப்பி வைப்பார்; அல்லது அவரே பஸ் ஏறி வந்து கொடுத்துவிட்டுப் போவார். பெண்கள் எழுத ஆரம்பித்தால் மட்டுமே பல நூறு ஆண்டுகளாகப் புதையுண்டு கிடக்கும் மௌனம் உடையும். போர்ப் பாடல் கேட்கும். அது கரடு தட்டிப்போன இந்த மானுடச் செவியின் பறைகளைக் கிழிக்கும் என உறுதியாய் நம்பும் வெகு சில படைப்பாளிகளில் பிரபஞ்சனே முதன்மையானவர்.

'மாறும்' என்ற சொல் மட்டுமே மாறாதது என்பது பிரபஞ்சனுக்கு மட்டுமே நூறு சதவீதம் பொருந்தும். எக்காலத்திலும் எந்நிலையிலும் அவர் எல்லோரையும் ஒரே மாதிரி ஏற்றுக் கொண்டதில்லை.

அசோகமித்திரனின் படைப்புகள் உலகத்தரமானவை எனக் கொண்டாடிய பிரபஞ்சன், இந்துத்துவாவிற்குச் சாய்வான அவரின் புனைவில்லாத எழுத்திற்கு முன் நின்று எதிர்வினை ஆற்றியுள்ளார்.

தனக்குப் பிடித்தமான படைப்பாளியாயிற்றே என மௌனம் காப்பது, அக்கருத்துக்கு மறைமுகமாகத் துணைப் போவதுதானே! ஒரு நேர்மையான படைப்பாளியாக அதை ஒருபோதும் அவர் செய்ததில்லை.

எல்லாக் காலங்களிலும் ஒரு படைப்பாளியை அவர் கொண்டாடியதில்லை. அவர் வாசிப்புக்குத் தக்கவாறு படைப்புகளின், படைப்பாளிகளின் முதன்மைப்பட்டியல் மாறிக்கொண்டேயிருக்கும். அது ஒரு எழுத்தாளனின் ஆகப்பெரும் தகுதியும், நேர்மையும்கூட.

எல்லாக் காலத்திலேயும் தன்னை முதலிடத்தில் நிறுவிக் கொண்ட ஒரு படைப்பாளியை, ஒரு இளம் படைப்பாளி தன் ஒரே கதையால் பின்னுக்குத் தள்ளிவிடலாம் என்பது பிரபஞ்சனின் கொள்கை.

அதை ஏற்று அங்கீகரிக்கிற மனம் மிகப் பெரிது. அது எப்போதுமே பிரபஞ்சன் என்ற ஆளுமையிடம் நிரந்தரமாகத் தங்கியிருப்பதுதான் நம் மொழியின் அதிஷ்டம்.

பாண்டிச்சேரிக் கடற்கரையில் எப்போதாவது கால் நனைக்கிற மாதிரி, தமிழ்த் திரைப்பட உலகிலேயும் எப்போதாவது அவர் கால் நனைத்திருக்கிறார்.

அந்த அனுபவங்கள் எல்லாத் தமிழ் படைப்பாளிக்கும் நேர்ந்தது போலவே அவருக்கும் எந்தக் கௌரவத்தையும் தந்துவிடவில்லை.,

எத்தனை கதைகளையும், எவன் பேரில் வேண்டுமானாலும் போட்டுக்கொள்ளுங்கள் எனக்கு காசநோய் சிகிச்சைக்குக் காசு வேண்டுமென புதுமைப்பித்தன் சொன்னது போலவே,‘எனக்குப்

பெயர் வேண்டாம். ஊதியம் மட்டும் போதும்' என்ற சமரசத்தை நோக்கி அவரை நெட்டித் தள்ளியதும் இதே வாழ்வுதான்.

பீர் முகமது அப்பாவின் ஒரு கதையில் பகலில் அனுமன் வேஷம் போட்டுத் தெருவில் பிச்சை எடுக்கும் ஒருவனை, உண்மையான அனுமன் என நம்பி அவனைப் பின் தொடரும் ஒரு குழந்தையின் மனநிலையே எப்போதும் பிரபஞ்சனின் மனநிலை.

யாருமற்ற புளியமரத்தடியில் நின்று தன் வேட்டியைத் தளர்த்தி சிறுநீர் கழித்து, பீடிபற்ற வைக்கும் ஒரு கணத்தில், 'இது நிஜ அனுமன் இல்லை, சாதரண மனிதன்' என ஊர் திரும்பும் குழந்தையும் அதே பிரபஞ்சன்தான். இந்த இரு வேறு மனநிலைகளில்தான் ஒரு பெரும் படைப்பாளி தன் ஜீவித காலம் முழுக்கத் தமிழ்ச் சூழலில் பயணிக்க வேண்டியுள்ளது.

திரும்பிப் பார்த்தால் பிரபஞ்சன் தன் கதைகளில் மேன்மையான மனிதர்களை, விடுதலையை மௌனமாகவேணும் கோரும் பெண்களை, கடவுள், மனிதன் என்ற கற்பனையும் நிஜமுமான ஊசலாட்டத்தில் மனிதனின் பக்கம் மட்டுமே நிற்கும் மனிதர்களை, குமாரசாமியின் பகல்பொழுதுகளை, எம்.பில்., பி.எச்.டி., என்ற பெருங்கனவுகளுக்காகத் தங்கள் வறுமையிலிருந்து எழுந்து பல்கலைக் கழகங்களின் வாசல்வரைவந்துவிடும் பெண்களை, வஞ்சிக்க நினைக்கும் பேராசிரிய அதிகாரங்களைஅவர் எப்போதுமே தன் புனைவிலும், புனைவில்லாத எழுத்திலும் எதிர்த்தே எழுதியிருக்கிறார்.

காலந்தோறும் பெண்களை வஞ்சிக்கும் ஆண் மனங்களின் அவலத்தை அவர் அளவிற்குப் புரிந்து எழுதியவர் என யாரையும் அடையாளப்படுத்த முடியவில்லை.

தன் சார்புக் கொள்கை, தான் சார்ந்த தத்துவம் என்பதற்காக பெண்கள்மீது இழைக்கப்படும் அதிகார அத்துமீறல்களை, அது

எவனாய் இருந்தபோதிலும், எச்சூழலிலும் எதிர்க்கத் தவறியதில்லை என்ற உண்மை அவரின் 'பெண்' தொகுப்பைப் படிப்பவர்களுக்குப் புரியும்.

இதுதான் ஒரு காலத்திய உன்னதமான கலைமனதின் மேன்மை. நடைமுறைத் தவறுகள், தான் உயிரென நம்பும் இயக்கத்தில் நடந்தாலும்கூட அவன் பேனாவை மூடிவைத்து விடக்கூடாது என்ற உலகளாவிய பேரன்பும் மானுட அக்கறையுமது.

இதன் வழியேதான் பிரபஞ்சன் தன் எழுத்தில் ஐம்பது ஆண்டுகளைக் கடந்தும் பயணிக்கிறார். கலங்கல் இல்லாத, ஆர்ப்பரிக்காத, நகருகிறதோ எனச் சந்தேகிக்க வைக்கும் ஒரு நதியின் பயணத்தை அதன் கரைகளில் அமர்ந்து கவனிக்கலாம். நூறு ஆண்டுகளாய் அதைக் கடக்கும் நீராலும் கரைக்கமுடியாத கூழாங்கற்களின் முழு உருவம் அதற்கடியில் தெளிவாகத் தெரியும்.

தன்னில் குளிப்பாட்டப்பட்ட ஒரு குழந்தையின் சரும வாசனையை, தன்னில் மிதந்த ஒரு இளம் பெண்ணின் தாங்க முடியாத கனத்தை, தன்னில் மூழ்கிய ஒரு தோல்வியுற்ற கலைஞனின் மொத்த வாழ்வை அது அறியும்தானே.

அக்கூழாங்கற்களைப் போலத்தான் அனைத்தையும் உள்வாங்கிக்கொண்ட கலைஞனாக ஜீவிக்கிறார் பிரபஞ்சன். அதிலிருந்துதான் ஆகச்சிறந்த படைப்புகள் அவரில் முகிழ்கின்றன.

பிரும்மம், மீன், பச்சைமாமி மெஸ், மரி என்கிற ஆட்டுக்குட்டி, ஒருமனுஷி, ஒரு ஊரில் இரண்டு மனிதர்கள் எனத் தொடரும் எல்லாக் கதைகளுமே மனித வாழ்வின் மேன்மையையும், மனிதர்களின் உயர்வையும் மட்டுமே பேசுகின்றன.

அவர் தன் கதைகள் மூலம் எப்போதுமே உபதேசித்ததில்லை. ஆகவே மானுடா! எனப் பெருங்குரலெடுத்துக் கத்தியதில்லை. 'சைக்கிள் நிறுத்த இடமில்லையென நீ வெட்டிவிட்ட முருங்கைமரம்

துளிர்த்துவிட்டது நண்பா' என நம் தோள்மீது தோழமையோடு கை போட்டுக் கொள்கிறார்.

இதய பைபாஸ் அறுவை சிகிச்சை முடிந்து ஒரு விடுதியில் தங்கியிருந்தவரைப் பார்க்க, நானும் ஷைலஜாவும் ஒரு மத்தியான நேரத்தில் போனோம். தனக்குப் பிரியமான மடையைக் கண்டதும் உடையத் தோன்றும் வாய்க்கால் நீரைப் போல எங்களைப் பார்த்ததும் தன்னை உடைத்துக் கொண்டார்.

அறுவை சிகிச்சை முடிந்து மருத்துவமனையிலிருந்து வெளியே வந்தவுடன் என் மகன் கேட்டான்.

"பாண்டிச்சேரிக்கா? திருவண்ணாமலைக்காப்பா?"

எங்கள் குடும்பத்தோடுச் சேர்த்து உங்கள் குடும்பத்தையும் வைத்திருந்த அவன் நம்பிக்கை அந்நேரம் சிலிர்ப்பூட்டியது ஷைலஜா.

எங்கள் கண்ணீரால் மட்டுந்தான் அவ்வார்த்தைகளை ஒற்றியெடுக்க முடிந்தது.

மூன்று மாதத்திற்கு முன் திருவண்ணாமலைக்கு வந்து எங்களோடு மூன்று முழு நாட்கள் தங்கியிருந்தபோது தன் நீண்ட வாழ்வின் ஆழ அகலங்களை விசாலமாகப் பகிர்ந்து கொண்டது ஒரு பேரனுபவமாக எங்களுக்குள் விரிந்தது.

எங்களோடு பேசிக்கொண்டிருந்தவர் சட்டென எழுந்து வம்சியின் பைக்கில் உட்கார்ந்து "நீ எடுத்த படம் பாக்கணும் வா" என அவனைக் கை பிடித்தழைத்தபோது எதுவும் தெரியாதவனைப் போல் அவர்களிருவரையும் தூரத்திலிருந்து பார்த்துக் கொண்டிருந்தேன்.

தொடக்கமும், தொடர்ச்சியும் போல் அவர்களிருவரும் பைக்கில் போவது அத்தனை பெருமிதமாக இருந்தது எனக்கு.

பிரபஞ்சனின் 'கருணையில்தான்' கதை எப்போதோ நான் படித்துச் சிலிர்த்த ஒன்று. அத்தனை வருடங்களாக எனக்குள் அடைகாத்த அக்கதை, என் ஒரு கதை சொல்லலில் முட்டை ஓடு உடைந்து, உயிர்த்துடிப்புடன் வெளிவந்து வம்சியின் கைகளைப் பற்றிக் கொண்டது.

அவன் அக்கதையைப் படமாக்கினான். அதற்கு 'வலி' என அவனே தன் பெரியப்பாவின் அனுமதியுடன் பெயரிட்டான்.

அத்தனை மகத்தான ஒரு படைப்பாளியோடு, தான் மட்டும் தனித்திருந்து ஒரு பூட்டிய இருட்டறையில் அவர் கதையின் காட்சி வடிவத்தை அவருக்கே போட்டுக் காண்பிக்க வாய்த்தது அவனுக்கு.

'நான் உங்கள் கதைக்கு நியாயம் செய்திருக்கிறேனா பெரியப்பா?' என சொற்களால் அல்ல கண்களால் ஏறெடுத்த அவனை, அப்படியே அணைத்துத் தன்னுள் புதைத்துக் கொண்ட மகத்தான கலைஞன் பிரபஞ்சனுக்கு இம்மாதம் இருபத்து ஏழாம் தேதி எழுபத்து மூன்று நிறைகிறது என்பது நம்பமுடியாத ஒன்றுதான்.

தமிழ்ச் சமூகம் தன்னுள் அவரை இருத்திக் கொள்வது அது பெற்ற பாக்கியம்.

சமூகம் என்பது என்னையும் சேர்த்து ஐந்து பேர்

பாரதிராஜா

சென்னை வரை நீடித்த எங்கள் கார் பயணத்தில் எந்த முன் முடிவுமின்றி, அப்போது ஏற்பட்ட மன உந்துதலில், 'காலேஜ் கலை விழாவுக்கு பாரதிராஜா சாரை கூப்பிடலாம் பவா' என என் நண்பர் எஸ்.கே.பி. கருணா சொல்ல, நான் உடனே என் தொலைபேசியில் அவரை அழைத்து,

''காலேஜ் கல்ச்சுரலுக்கு நீங்க வரணும் சார்''

''வரமாட்டேன்''

அதில் ஏதோ ஒரு பொய்க்கோபம் இருப்பதாய் எனக்குப்பட,

''ஏன் சார் வரமாட்டீங்க?''

''எத்தனை தடவை ஒரு டின்னருக்கு கூப்டறேன் நீங்க வர்றீங்களா? நானும் வரமாட்டேன்''

வண்டி தாம்பரத்தைத் தாண்டிக் கொண்டிருக்க, 'இன்னைக்கு வரட்டா சார்' என அவரிடம் கேட்டேன், கருணாவிடம் கூடக் கேட்காமல்.

'ரெண்டு பேரும் வாங்க, நானும் கல்ச்சுரலுக்கு வரேன்.'

இரவு எட்டரைக்குக் கிழக்குக் கடற்கரைச் சாலையில், கடலில் கால் நனைத்து காய்வதற்குள் வந்துவிடும் தூரத்தில் அவர் பங்களா முன் நாங்கள் இருவரும் நிற்க,

ஒரு அரைக்கால் ட்ரவுசர், நெக் டீ ஷர்ட் போட்டு கைகளை இறுக்கிக் கட்டியணைத்து, முன்பக்கம் நீச்சல்குளம் விரிந்திருந்த அவர் பங்களாவுக்குள் எங்கள் இருவரையும் அழைத்துப் போனது ஒரு காலத்தில் எங்கள் கனவின் ஆளுமையாயிருந்த இயக்குநர் பாரதிராஜா.

'16 வயதினிலே' வெளிவந்தபோது நான் அநேகமாக ஆறோ ஏழோ படித்துக் கொண்டிருந்தேன்.

'மயில்' என்னைப் பலவகைகளில் திணறடித்துக் கொண்டிருந்தாள்.

சப்பாணியும், பரட்டையும் என் கிராமத்து வாழ்வைத் திரையில் வாழ்ந்து கொண்டிருந்தார்கள்.

பாரதிராஜா என்ற பெயர் இரும்பாணி கொண்டு என்னில் எழுதப்பட்டிருந்தது.

லண்டனிருந்து வந்திருந்த அவர் நண்பர்களிடம் எங்கள் இருவரையும் அறிமுகப்படுத்தினார். நாங்கள் இருவரும் கூச்சத்தால் சுருங்கினோம்.

மனம் ஒரு புள்ளியில் குவிந்து அவர் பேச ஆரம்பித்தார்.

தான் சின்னசாமியாக பெட்ரோல் பங்க்கில் வேலை பார்த்து, மலேரியா இன்ஸ்பெக்டராக மாறி பண்ணைப்புரத்தில் பணிபுரிந்தது, இளையராஜா வீட்டில் மதிய உணவு சாப்பிடுவது என ஆரம்பித்து அப்படியே சொல்லத் துவங்கினார்.

கையில் 270/- ரூபாய் பணத்தோடு ஒரு சரக்கு லாரியில் தேனியிலிருந்து சென்னைக்கு மூன்று நாட்கள் பயணித்ததைச் சிரிப்பும் துக்கமுமாய் அவரால் சொல்ல முடிந்தது.

சினிமா பாரம்பரியமில்லாத, அசல் கிராமத்தானாக, சினிமாவைப் பற்றிய பெரிய தொழில்நுட்ப அறிவு எதுவுமின்றி அதன் மீதான காதலும் வெறியும் கொண்ட ஒரு கிராமத்து இளைஞன், அதன் பிரமாண்ட கதவைத் தட்டவும், உள்ளே நுழையவும், தனக்கான ஒரு நாற்காலியைக் கண்டடையவும் எதையெல்லாம் இழக்க வேண்டியிருந்தது; என்னவெல்லாம் அவமானப்பட வேண்டியிருந்தது.

பல ஆண்டுகளாய் சிம்மாசனத்தில் அமர்ந்திருந்தவர்களின் பார்வையை எப்படியெல்லாம் சகித்துக் கொள்ள வேண்டியிருந்தது

என்பதை பல இடங்களில் தழுதழுக்கும் குரலிலும், சில நேரங்களில் அடக்க முடியாத கண்ணீராலும் எங்கள் முன் கொட்டினார்.

அவர் எங்களை அழைத்தது ஒரு இரவு டின்னருக்கு அல்ல என்பது வெகு சீக்கிரமே புரிந்தது.

பதினாறு வயதினிலே, புதிய வார்ப்புகள், நிழல்கள், கருத்தம்மா, அந்திமந்தாரை, என்னுயிர்த்தோழன் என அவரின் லட்சியப் படங்களை எட்டுவதற்கு அவர் பட்ட கஷ்டங்களையும், ஒரு கலைஞனாக அதை எதிர்கொண்ட விஷயங்களையும் பகிரத் தொடங்கினார்.

ஒரு இயக்குநரின் ஐம்பதாண்டுக் கனவை, அவர் ஐந்து மணி நேரத்திற்குள் கடத்திவிட முயன்றார்.

"எனக்கு பாலுவைப் போல (பாலுமகேந்திரா) சினமா தெரியாது கருணா, என் சொந்தக் கிராம வாழ்வின் செழிப்பும், அழகும், மனிதர்களின் நேசமும், வன்மமும் மட்டுமே முழுமையாகத் தெரியும். ஒரு கேமரா வழியே இதை எப்படியும் திரைக்குக் கடத்திவிட முடியும் என நம்பினேன். அவ்வளவுதான். புறக்கணிப்புகளாலும், அவமானங்களாலுமே மேலேறி வந்தேன்" என என்னை நிமிர்ந்து பார்த்தபோது கண்கள் நிறைந்திருந்தன.

எங்கள் முன் நிறைந்திருந்த உணவு வகைகளை எங்கள் யாராலும் தொட முடியவில்லை.

அவரும் அதற்கு எங்களை வற்புறுத்தவில்லை. "நான் என் படங்களில், சொந்த வாழ்வில் தவறே செய்யாதவன் அல்ல. உங்க ஜெயகாந்தன் மாதிரிதான் நானும். எதையும் சமூகத்திற்கு மறைச்சி, வெளிவேசம் போடத் தெரியாது எனக்கு. தோ இப்ப எப்படி இருக்கிறேனோ அப்படியேதான் வெளியிலேயும்.

ஒரு படப்பிடிப்பின் பொருட்டு லண்டன்ல ஒரு சொகுசு ஹோட்டல்ல பதினெட்டாவது மாடில உட்கார்ந்து ட்ரிங்ஸ் சாப்பிடும் போதும், ஆண்டிபட்டிக் கண்மாயும், அய்யனார் கோவில் ஆலமரத்தடியும்தான் எனக்குச் சொந்தமானவை என்பது நினைவுக்கு வந்துகொண்டே இருக்கும்.

வந்து இறங்கியதும் வண்டியை எடுத்துக்கிட்டு சொந்த ஊருக்கு ஓடிடுவேன்.

என் ஆத்தா அப்பன்னு தொடரும் ஸ்பரிசம், இன்னமும் ஆடு மாடு மேய்க்கிற கூட்டாளிங்க வரை தொடரும். அது இல்லன்னா நான் ஏது? என் படமேது?''

அந்த இடம் இன்னும் உறைந்தது. நீச்சல் குளத்தில் அந்த அகாலத்தில் விழுந்த ஒரு சருகின் சத்தத்திற்கு நாங்கள் எல்லோரும் திரும்பிப் பார்த்தோம்.

ஒரு டீ குடிக்கணும் என்பதற்காக மட்டும் ஒரு முறை வீட்டிற்கு வந்து கண்ணாடி கிளாசில் டீ கேட்டுக் குடித்துவிட்டுக் கிளம்பியிருக்கிறார்.

அவர் சொந்த ஊரில் தமிழ்த் திரைப்படத்தின் அத்தனை ஆளுமைகளையும் வரவழைத்து நடத்திய படத் துவக்க விழாவிற்கு, நான் தனியே போனதை ஒத்துக் கொள்ள முடியாமல், ''கார் அனுப்பு, ஷைலஜாவையும், குழந்தைகளையும் வரச்சொல்லு'' என ஒரு குழந்தையைப் போல அடம் பிடித்திருக்கிறார்.

இந்த வருடம் தீபத்தன்று காலையில் தொலைபேசியில் அழைத்து,

''நான் இதுவரை தீபம் பார்த்ததில்லை. அதில்ல, இன்னைக்கு 'எல்லா நாளும் கார்த்திகையில்' நீ என்னைப் பத்தி எழுதினதைப் படிச்சேன்.

அதை உன் குரல்ல கேக்கணும்னு ஏக்கமா இருக்கு. ஊருக்குப் புறப்பட்டு வர்றேன்."

அடர் மழையில் நனைத்துகொண்டே மாடியேறி வந்தார்.

நண்பர்கள் எல்லோரும் அவரைச் சுற்றி, கிடைத்த இடங்களில் நெருக்கமாய் உட்கார்ந்து கொண்டனர். வெளியில் மழை இன்னும் உச்சத்திற்குச் சுருதி கூட்டியது.

'நான், 'தமிழ்வாழ்வின் உணர்வு குறியீடு பாரதிராஜா' என்ற அக்கட்டுரையைப் படிக்க ஆரம்பித்தேன்.

அதன் ஒவ்வொரு வரிக்கும் அவர் முகபாவத்தை அவருக்குத் தெரியாமல் மகன் 'வம்சி' படமாக்கியிருக்கிறான்.

கடந்த காலப் படைத்தலுக்காக, தான் இன்னொரு படைப்பாளியால் நினைவு கூறப்படுதலை நேரடியாய்த் தரிசித்துச் சிலிர்ப்புற்ற ஒரு கலைஞனின் உடலை நாங்கள் எல்லோரும் அருகிலிருந்து தரிசித்தோம்.

கிழக்குக் கடற்கரைச்சாலையில் அவர் வீட்டிலிருந்து அன்று நாங்கள் வெளியேறும்போது பின்னிரவு மணி இரண்டரை.

நாங்கள் காரில் உட்கார்ந்த பின், தன் உடலால் எங்களைத் தொட்டுத் தழுவி நெகிழ்ந்தபோது நான் சொன்னேன்,

"இதையெலாம் எழுதுவேன் சார்"

"எழுது, நீ எழுதணும்னுதான் இதையெல்லாம் உங்கிட்ட சொன்னேன்"

நான்கு பருப்பு வடைகளும் நான்கு லட்ச ரூபாயும்

நஜீப்குற்றிப்புரம்

இந்தத் தகிக்கும் வெயிலிலிருந்து முழுவதுமாய் விடுபட்டு, சென்னையும் கடலூரும் நீரில் மூழ்கிவிடுமோயெனப் பெய்து தீர்த்த மழை நாட்களுக்குள் நாம் ஓடிப்போய் நின்றுகொள்ள வேண்டும். அப்படியொரு பெருமழை நாளில்தான் முதன்முதலில் அந்தக் குரலைக் கேட்டேன்.

''பவாண்ணா, நான் நஜீப் குற்றிப்புரம். நானும் மகன் நிஜாமும் செங்கல்பட்டு ரயில்வே ஸ்டேஷனில் படுத்திருக்கிறோம். எங்கள் குடும்பச் சேமிப்பில் இருந்த மூன்று லட்ச ருபாயும் என் கையில்தான் இருக்கிறது . இப்பெருமழையில் உடைமைகளை இழந்த பெயர் தெரியாத ஏதாவது ஒரு கிராமத்தின் நுழைவாயிலில் இருந்து ஆரம்பித்து பாதிக்கப்பட்ட ஒவ்வொரு குடும்பத்துக்கும் இப்பணத்தில் இருந்து சிந்தாமல் சிதறாமல் ஏதாவது செய்தாக வேண்டும். அரைகுறையாய் மொழி தெரிந்த எனக்கு உடனிருந்து உதவ யாராவது சில நண்பர்கள் வேண்டும்''

இப்படித்தான் நஜீப் குற்றிப்புரத்தின் ஈரமான குரல் என்னை வந்தடைந்தது. மூன்று லட்ச ருபாயின் கடைசிப் பைசாவும் மழை கொண்டுபோன செங்கல்பட்டுக்கு அருகில் உள்ள ஏதோ ஒரு பெயர் தெரியாத கிராமத்தில் கரைந்தது.

அம்மழையினூடே திருவண்ணாமலை நோக்கி வந்த ஒரு பஸ்ஸில் ஏறி, பெரியார் சிலைக்கு அருகில் இறங்கி, சுடச்சுட வடைகளை வாங்கித் தின்றுகொண்டே வீட்டுக்கு வந்த நஜீப் குற்றிப்புரம் என்ற அந்த எளிய மனிதனின் நீர்மையை, சுட்டெரிக்கும் இவ்வெயிலினூடே இணைத்துக் கொள்கிறேன்.

சம்பவங்களை மட்டும் அறியத் துடிக்கும் மனமும், அதை எழுதிவிட முடியுமா என்ற மூன்றாம்தர எண்ணமும் சேர்ந்து என்னை உந்தித் தள்ள,

''என்னென்ன செய்தீங்க நஜீப்? பாதிக்கப்பட்ட மனிதர்களை எப்படியெல்லாம் எதிர்கொண்டீர்கள்?''

என்ற என் வார்த்தைகளை இடைமறித்து,

''இதையெல்லாம் சொல்ல நேரமில்லை பவாண்ணா. மழை நிற்கும் ஒரு காலத்தில் அது பற்றிப் பேசலாம். நாளைக்குக் காலையில நாம எல்லாருமா சேர்ந்து கடலூருக்குப் புறப்படலாம். அதிகாலை ஐந்து மணிக்கெல்லாம் என் நண்பனும்,ஹ்யூமன் கேர் பவுண்டேஷனின் செக்ரட்டரியுமான ஃபரூக் ஐந்து லட்ச ரூபாயோடு உங்கள் வீட்டுக்கு வருவார். அதற்குள் நாம் ஐநூறு வீடுகளுக்கான அரிசி, பருப்பு, பாய், தலையணைகளை ஏற்பாடு செய்ய முடியுமா?''

அந்த நீண்ட இரவு முடிவதற்குள் அதைச் செய்து முடித்தோம் .

திருவனந்தபுரத்தில் இருந்து வந்திருந்த ஃபரூக் பாயை அப்படியே வழிமறித்து நிவாரணப் பொருட்கள் வைக்கப்பட்டிருந்த லாரியில் ஏற்றினோம். அந்த லாரியின் பின்புறம் எங்கள் மொத்தக் குடும்பமும் அசதியில் தூங்கிக் கொண்டிருந்தது. கடலூர்வரை நீடித்த மழை முடிந்த அந்நாளின் பயணத்தில்தான் நஜீப் குற்றிப்புரம் என்ற அம்மனிதனை நாங்கள் அறிந்தது.

பேரிடர் காலங்களில் மட்டும் ஓடி வந்து உதவும் ஒரு சேவைமனம் கொண்ட மனிதல்ல அவன் என்பதையும், நஜீபின் மொத்த வாழ்நாளுமே சாதாரண மனிதர்களுக்கானது மட்டுமே என்பதையுமறிந்து, அவன் சிவந்த கைகளை இன்னும் இறுக்கமாகப் பற்றிக் கொண்டேன்.

இந்திய திசையெங்கும் பரவிக் கிடக்கும் இம்மேடு பள்ளங்களை இட்டு நிரப்ப புரட்சி ஒன்றுதான் ஒரே வழி என்ற லட்சியத்தின் மீது பெரும் நம்பிக்கை கொண்டவர்தான் நஜீபும். ஆனால் அது நிகழும்வரை நடக்கும் எல்லாவற்றையும் சகித்துக் கொண்டு வேடிக்கை பார்க்கும் மனிதனாக அவரால் கரை ஒதுங்கி நின்றுவிட முடியாது. இந்தக் கடும் வெயிலில் பீஹார், ஜார்கண்ட் என உள்ளடங்கிய குக்கிராமங்களில் சுற்றியலையும் நஜீப், தனக்கிருக்கும் சொந்த வீட்டையும் பொதுவானதாக மாற்றி வைத்திருக்கிறார்;

அல்லது அதுவே அப்படி மாறியிருக்கிறது. தன்மீது பிரியமில்லாத தன் எஜமானனுக்கு அவன் தோழமைகளைத் தனக்குள் சுவீகரித்துக் கொண்டு அவ்வீடு காட்டும் விசுவாசம்.

கோழிக்கோட்டுக்கு அருகே ஓர் ஆற்றங்கரையிலுள்ள பூட்டப்படாத கதவுகள் கொண்ட நஜீபின் வீட்டுக்குள் யாரும் எந்நேரமும் பிரவேசிக்கலாம். ஒருவேளை உங்கள் வருகை நடுநிசியெனில், அதை அறிந்து அடுத்தநாள் காலை உணவு உங்கள் அறைக்கருகே வரும். அதற்கு நஜீப் அங்கிருக்க வேண்டுமென்ற அவசியமில்லை. நஜீபின் குழந்தைகள் அவருடைய தொடர்ச்சியே. வட மாநில வறுமை சூழ்ந்த உள்ளடங்கிய கிராமத்தில் தங்கி அந்த ஊருக்கு ஒரு கிணறு வெட்டியோ, இனியாகிலும் மழைநீரைத் தேக்கிக் கொள்ள ஒரு தூர்ந்த குளத்தை அந்த மனிதர்களோடு சேர்ந்து தூர்வாரியோ, மாதவிடாய் நாட்களில் தீட்டுக்கறை படிந்த, பூவழிந்த எந்தச் சேலையும் கிடைக்காமல், மண்ணை உபயோகிக்கும் நம் சகோதரிகளுக்கு நாப்கின் கொடுத்துக் கொண்டோ நஜீப் இப்போது இயங்கிக் கொண்டிருக்கக்கூடும்.

அம்மாநில மக்களின் வாழ்வை அப்பட்டமாக, அப்படியே பதிவு செய்திருக்கும் அஜித் கோமாச்சியின் ஒரு புகைப்படக் கண்காட்சியின் திறத்தலுக்குப் பின் நிகழ்ந்த உரையாடல் அது. நஜீப் நிகழ்த்திய உயிர்ப்பு மிக்க உரையை அதற்குமுன் மலையாள மொழியில் யார் பேசியும் நான் கேட்டதில்லை. மேற்பூச்சற்ற இதயத்திலிருந்து வரும் வார்த்தைகளுக்கு கவிஞனோ, எழுத்தாளனோ தேவையில்லை என்பதை மிக எளிமையாக நான் உணர்ந்து கொண்ட தருணமது.

கோழிக்கோட்டிலிருந்து குற்றிப்புரம் வரை நீடித்த எங்கள் நள்ளிரவுப் பயணமொன்றில் நஜீப் வண்டியை நிறுத்தி, பத்து கிலோ பச்சைமீன் வாங்கினார்.

''எதற்கு நஜீப் இவ்ளோ வாங்குறீங்க?''

சிரித்துக் கொண்டே,

''இது நமக்கில்ல பவாண்ணா, நல்ல மீன் உணவு சாப்பிட முடியாத பல வயதானவர்களை, நோயாளிகளை நானறிவேன். நாளைக் காலை நாம் தூங்கி எழுவதற்குள் எங்கள் குழந்தைகள், அவர்களுக்கெல்லாம் பங்கு பிரித்துப் பகிர்ந்து தந்துவிடுவார்கள். ஒருவேளை அது மிச்சமிருந்தால் நாமும் சாப்பிடலாம்.''

நான் நஜீபின் கைகளை இன்னமும் அழுத்திப் பிடித்துக் கொண்டேன். என்ன மனுஷன்டா இவன்! என மனதில் உயர்த்திக் கொண்டேன்.

ஒரு படப்பிடிப்பின் இடைவெளியில் நண்பர் மம்முட்டியிடம் நஜீப்பைப் பற்றி விரிவாகப் பேசினேன்.

தன் கண்கள் விரிய, ''அவர ஒடனே பாக்கணுமே பவா!'' என்றவரை ஏறெடுத்து,

''அது அவ்வளவு சுலபமில்ல சார்''

அவருடைய 'ஏன்?' பதற்றமாக வெளிப்பட்டதைப் பார்த்து நிதானமாகச் சொன்னேன்.

''இப்படியான எளிய மனிதர்களின் உயரம், நம் தொடுதல்களுக்கும் அப்பாற்பட்டது சார்'

உப்புக் கடலைக் குடித்த பூனை

க.சீ.சிவக்குமார்

கன்னிவாடி சீரங்கராயன் சிவக்குமார் என்று கொங்கு மண்டலத்தின் ஒரு ஜமீன்தாரை நினைவுபடுத்தும் பெயர்தான் சிவக்குமாரின் சொந்தப் பெயர். ஆனால் இந்தப் பிம்பத்துக்கு முற்றிலும் எதிர்த் திசையில் எப்போதும் பயணித்த எழுத்தாளன் சிவா.

அடிப்படையில் சிவக்குமாரின் வாழ்வு மண்ணும் நீரும் சார்ந்த விவசாய வாழ்வுதான். செடிமுருங்கை காய்த்துத் தொங்கும் கன்னிவாடி நிலப்பரப்பைவிட்டு நெட்டித் தள்ளிய வாழ்வை எதிர்கொள்ள அவன் தள்ளு வண்டியில் ஜவுளித்துணிகளைப் போட்டு தெருத்தெருவாய் சுற்றி அலைந்தவன். ஒருவகையில் அவனுக்குப் பிடித்தமானதொரு ஜீவிதத் துவக்கமும் அதுதான்.

அவன் அலைவுறுதலை பயணம் என என்னால் சுருக்கிவிட முடியாது. கையில் ஒரு துணிப்பைகூட இல்லாமல் கடைசி பஸ் பிடிப்பவன் அவன்.

அலைந்து திரிந்த அவ்வாழ்வின் ஒரு சிறு சிதறலுக்கு ‘காற்றாடை’ எனத் தலைப்பிட்டு, அப்போது ‘இந்தியா டுடே’ நடத்திய சிறுகதைப் போட்டிக்கு அனுப்பிவிட்டுத் தள்ளுவண்டியின் பின்னால் அதே உற்சாகத்தில் நடை போட்டவன் அவன்.

என்ன செய்வது?

சுயம்புலிங்கத்தை, ஏ.அய்யப்பனை, விக்கிரமாதித்யனை, கைலாஷ் சிவனை இப்படித்தான் அலையவிடுகிறது பசித்த வயிறு.

அவன் எதிர்பார்த்த மாதிரியே அக்கதைக்கு முதல் பரிசும், அவன் சகதோழன் பாஸ்கர்சக்தியின் கதைக்கு இரண்டாம் பரிசும் கிடைத்தன. தன் பெயரில் வங்கிக்கணக்கு கூட இல்லாத சிவக்குமாருக்கு, ஐந்தாயிரம் ரூபாய்க்கான அந்தக் காசோலை ஏற்படுத்திய கிளர்ச்சி சொல்லில் அடங்காதது. சிவக்குமாரின் கண்கள் அகல விரிந்த

அத்தருணத்தை கண்களை மூடிப் படுத்திருக்கும் இப்போது நினைவுபடுத்த முயல்கிறேன்.

அக்கதையின் கவனிப்பிற்குப் பிறகே எழுத்தின்மீது சிவாவுக்கு ஆர்வமும், நம்பிக்கையும் துளிர்த்தன. எழுதி மட்டுமே வாழ்ந்துவிட முடியும் என்ற பொய்ப் பிம்பத்தை அவன் கன்னிவாடியில் இருந்துகொண்டு நம்ப ஆரம்பித்தான்.

சிவாவின் எல்லாக் கதைளுமே அவனின் நினைவுகளின் சிந்தல்களே. படித்ததிலிருந்தோ, அறிந்ததிலிருந்தோ, ஒரு வரியையும் அவன் தன் கதைகளுக்காக எடுத்துக் கொண்டதில்லை. எல்லாவற்றையும் தன் வாழ்விலிருந்தும் அனுபவங்களிலிருந்துமே கதைகளாக்கியவன்.

சம்சாரிகளின் வலிகளை எல்லோரும் எழுதிக் கொண்டிருந்தபோது, சிவா மட்டும் அவர்களின் ஆழ்மனதில் ததும்பிக் கொண்டிருந்த அபிலாஷைகளை, சிற்றின்ப வேட்கைகளைக் கண்டுபிடித்தான். திருவிழாக்களிலும், மனிதக் கூடுகைகளிலும், நிகழும் கேளிக்கைகளை, சீட்டாட்டத்தை, கரகாட்டகாரிகளின் கடக்க முடியாத புன்னகையை அவன் எழுத்துகள் கண்டுபிடித்துச் சுவீகரித்தன.

பெருவலி கொண்ட வாழ்வு சிவாவுடையது. போதிய கல்வி இல்லாமை, புருஷ லட்சணத்திற்கான தொடர் உத்யோகத் துறப்பு, வீடு தங்காமை, தானே அவமானங்களைத் தொடர்ந்து சென்று வெகுமதிகளைப் போல வாங்கி வருதல், இதனூடே எழுதுதல் என சிவாவின் நாட்களை என்னால் மதிப்பிட முடியும். தாங்கமுடியாத அந்த வலியையும், தாங்கிக் கொண்ட தொடர் அவமானங்களையும் தான் அவன் தன் மொழியின்மீது மேற்பூச்சாகத் தடவி வைத்திருந்த நகைச்சுவையால் கடந்தான்.

ஒரு ஆரம்பகால வாசகன், 'இத்தனை நகைச்சுவையானதா வாழ்க்கை?' என வியந்து அங்கேயே நின்று கொண்டான். ஒரு நுட்பமான வாசகன் தன் கூரிய விரல் நகம் கொண்டு மேற்பூச்சைச் சுரண்டியெடுத்து அதன் ஆழத்து வலியைப் பருகினான்.

'உப்புக் கடலைக் குடிக்கும் பூனை' ஒரு கதை மட்டுமே போதும் க.சீ.சிவக்குமார் என்ற அசல் கலைஞனை நாம் அடையாளப்படுத்த; அல்லது அவனை தவறவிட்ட குற்றவுணர்வுக்கு நம்மை உட்படுத்திக் கொள்ள.

சம்பாதிப்பதற்கு வெளிநாட்டிற்குப் போயிருக்கும் மனைவியில்லாத வீட்டில் தானும் மகளும். தனிமையைத் துடைத்தெறிய அங்குமிங்கும் ஓடித் திரியும் ஒரு பூனை. இவற்றை வைத்து சிவா காவியத் தன்மையோடு ஒரு சிறுகதையைச் செதுக்கியிருப்பான். ஒவ்வொரு வரியும் ஒரு வாசகனை நகரவிடாமல் நிறுத்தும். வெளிநாட்டிற்குப் போயிருக்கும் அந்த மனைவி திரும்பி வந்துவிட மாட்டாளா என நம்மை ஏங்க வைக்கும்.

இன்று காலை எனக்கும், சிவாவுக்குமான வாசகர் பாலா தான்சான்யாவிலிருந்து பேசினார்,

"என் மனதில் எப்போதும் சிவா ஒரு கேணக்கிறுக்கன்தான் பவா. அப்போதுதான் மழையில் நனைந்த ஒரு கோழிக்குஞ்சு மாதிரி சுவரோரமாக ஒதுங்கி நின்றுகொள்பவன்."

படைப்பாளி என்ற கர்வம் எப்போதும் அவனிடம் இருந்ததில்லை. அச்சலுகையை மேற்கொண்டு மாபெரும் சபைதனில் ஒருபோதும் நடந்ததில்லை. சபைக்கு வெளியே ஏதாவது ஒரு மரத்தடியில் புகையும் சிகரெட்டோடு நின்று அச்சபையைப் பார்த்து கிண்டலடித்துக் கொண்டிருக்கும் மனமே இறுதிவரை அவனுக்கு வாய்த்திருந்தது.

'கன்னிவாடி' என்ற தலைப்பில் தமிழினி கொண்டு வந்ததுதான் சிவக்குமாரின் முதல் சிறுகதைத் தொகுப்பு.

அது ஏதோ காரணத்தால் தமிழிலக்கிய படைப்பாளிகளாலும், பத்திரிகைகளாலும் புறக்கணிக்கப்பட்டது. அவர்கள் ஒரே நேரத்தில் படைப்பையும் படைப்பாளியையும் புறந்தள்ளினார்கள். அவன் மிகச் சோர்வுற்றிருப்பான் என என் பொது புத்தியிலிருந்து அவதானித்தேன். மாறாக, அவன் பெரும் உற்சாகமடைந்திருந்தான். அக்காலத்தில்தான் ஆதிமங்கலத்து விஷேசங்கள், குணச்சித்திரங்கள், என்றும் நன்மைகள், நீல வானம் இல்லாத ஊரே இல்லை என எழுதிக் குவித்தான்.

அவன் புத்தகப் பக்கங்களை ஊர்க்காரர்களை, சொந்தக்காரர்களை, அசல் மனிதர்களைக் கொண்டு நிரப்பினான்.

அப்போதுகூட தமிழ் இலக்கிய பிராண்டட் முகம் எதுவும் சிவாவைத் திரும்பிப் பார்த்ததாக எனக்கு நினைவில்லை.

தமிழில் ஜி. நாகராஜனுக்குப் பின்னும், மலையாளத்தில் ஏ. அய்யப்பனுக்குப் பின்னும், தன் சக படைப்பாளிகளாலும் நண்பர்களாலும் பொதுவெளிகளில் அவமானப்படுத்தப்பட்ட படைப்பாளி க.சீ.சிவக்குமார் மட்டுமே. அவற்றைத் தன் உடலாலும் படைப்பாலும் பகடிகளாக மாற்றிச் சிரித்துத் திரிந்த படைப்பாளி அநேகமாக சிவக்குமார் மட்டுந்தான்.

யாருக்குமே இல்லாத சில பிரத்யேக குணாம்சங்கள் அவனுக்கு இயல்பாகவே வாய்த்திருந்தன. ஒரு வெள்ளைக்கார துரையின் பங்களாவைப் பார்த்துக்கொண்ட தோட்டக்காரனான தன் மாமனாரை அவன் நண்பர்களிடம் 'பூந்தோட்டக் காவல்காரன்' என்றே அறிமுகப்படுத்து வான். மாமனார் என்ற மனைவியின் அப்பாமீது தமிழ்ச் சமூகம் ஏற்றி வைத்திருக்கிற பிம்பத்தைக் கலைத்து வேடிக்கையாக்குவது,

அதுதானே சிவா உன் எழுத்திலும் மிளிர்ந்தது. ஒரு தெரு நாயை க.சீ.சிவக்குமார் அளவிற்கு அறிமுகப்படுத்திய எழுத்து தமிழில் வேறில்லை.

''ஈடில்லாததும், வீடில்லாததுமான அந்த நாய்'' என ஆரம்பிக்கும் அச்சொற்றொடர் ஒன்று போதும் அக்கதைக்கு.

ஆர். சண்முக சுந்தரம் கூட நாகம்மாளின் துயரத்தை, அதன் மீறலை தன் படைப்பில் முன் வைத்தார்.

சிவக்குமார் அதையும் தாண்டிய மனித மனதின் ஏங்குதல்களை, அலைவுறுதல்களை, நிராகரிப்புகளை பகடி மாதிரி சொல்லி நம்மை நெக்குருக்கினான். நரம்பு ஊசிப் போடுகையில் டாக்டர் குழந்தை வாயில் ஆரஞ்சு மிட்டாய் கொடுத்து சப்பு கொட்ட வைப்பது போன்றது அது. ஆனால் போட்டு முடித்த அடுத்த கணம் வலி மெல்ல உடலெல்லாம் பரவுமே அப்படியான ஒன்றுதான் சிவாவின் எழுத்து.

ஒரு எழுத்தாளனை நீங்கள் கொல்ல நினைத்தால் அல்லது அவனை எழுதவிடாமல் செய்ய வேண்டுமென நினைத்தால் ஒன்றும் செய்ய வேண்டாம் அவனை இடம் பெயர்த்து விடுங்கள் போதும்.

கன்னிவாடியில் மையம் கொண்டு அங்கியிருந்து பஸ் ஏறி திருவிழா பார்த்து, கரக்காட்டகாரிகளை வம்புக்கிழுத்து கூத்தாடிகளோடு குந்திக் குடித்து செடி முருங்கை மரத்தடியில் கள் குடித்து வந்த ஒரு எழுத்தாளனை. வாழ்வு பெங்களூர் என்ற மாநகரத்திற்குக் கைபிடித்து அழைத்துப் போகிறது. அது ஒரு அபார்ட்மெண்ட்ட வீடு மூன்று வேளை சாப்பாடு, இன்டெர்நெட் வசதி என அந்த லௌகீகப் பிசாசு தன் கையிலிருந்த மாய வலைகளை அப்படைப்பாளியின் மீது வீசியது. அறுத்தெறிய முடியாத இறுக்கத்தோடு அது அவனை மரணப்பரியந்தம் சுற்றிக்கொண்டது.

தினம் தாமிரபரணி தண்ணீர் குடித்த வண்ணநிலவனை, கோவில்பட்டி வெய்யிலருந்திய ப.செயப்பிரகாசத்தை, நீங்கள் அங்கிருந்து சென்னைக்கு அழைத்து வந்தீர்களே என்ன ஆனது?

ஒரு எஸ்தரும், ஒரு ஜெருசலேமும் அதன் பிறகு அவர்களிடமிருந்து முகிழவேயில்லை. ஒரு படைப்பாளியின் நிலப்பரப்பும், வாழ்விடமும், சுவாசிக்கும் காற்றும், குடிக்கும் நீரும் அவன் எழுத்தின் வழி கசிவதை நீங்கள் ஏன் எப்போதும் கவனிக்கத் தவறுகிறீர்கள்?

அதன் பிறகும் அவர்களிடமிருந்து ஒன்றிரண்டு மகத்தான படைப்புகள் பீறிடுவது மாதிரித் தெரியலாம். அது, சொந்த ஆற்றில் நீந்தித் திரிந்த மீனைத் தூக்கி தரையில் வீசும்போது இன்னும் கொஞ்சம் உயிர்ப்போடு துள்ளி நம்மை ஏமாற்றுமே, அதைப்போன்றஅடங்குதலுக்கு முந்தைய ஆர்ப்பரிப்பு.

என் கணிப்பில் தன் வாழ்வின் மொத்தத்தையும் படைப்பிலக்கியத்தில் ‘உப்புக் கடலைக் குடிக்கும் பூனை’ என்ற தன் மொத்தச் சிறுகதை தொகுப்பிலும், மற்றவற்றைத் தன் தொடர் அனுபவப் பகிர்பிலும் அவன் எழுதி நிறைவு செய்திருக்கிறான்.

எல்லா மரணங்களுமே புதிரானவைதான் சிவா, மரணமே ஒரு புதிர்தான். நேற்று காலையிலிருந்து ஒரு கவிஞனை ஒரு எழுத்தாளனை ஒரு நண்பனை, உன் தொலைபேசியில் அழைத்திருக்கிறாய். யாரையும் வழக்கம்போல் தொலைபேசியை அணைத்து விடாதே என கெஞ்சியிருக்கிறாய்!

எதையோ சொல்ல தடுமாறியிருக்கிறாய் நண்பா. ஜான் ஆப்ரகாம் என்ற கலகக்காரனும் மாடியிலிருந்து இதே தடுமாற்றத்தோடுதான் மரிப்பதற்கு தரையைத் தேர்ந்தெடுத்திருக்கிறான்.

உன்னை மாநகரச் சுடுகாட்டின் மின் அடுப்பிற்கு உள்நுழைக்காமல், கன்னிவாடியின் சொந்த மண்ணில் புதைக்கப் போகிறோம்.

முன்கூட்டியே உன் பேனாவை மகள் மகாஸ்வேதாவின் கைகளுக்கு மாற்றியிருக்கிறாய். போய்வா நண்பா!

இன்னும் அந்த தீ அணைந்துவிடவில்லை

கோமதி

பொங்கலன்று காலையில் நாங்கள் கோமதி வீட்டின் கீழேப் போய் இறங்கும்போது பால்கனியில் நின்று தன் மகள் ஓவியாவுக்கு தோசை ஊட்டிக்கொண்டிருந்த கோமதியின் முகத்தைப்பார்த்தேன்.

சூரிய ஒளி இருவரின் முகத்தையும் இன்னும் வெளிச்சமாக்கிக் காட்டியது. ஒரு தாய்க்கான பூரிப்பும், ஒரு மகளுக்கான பிரியமும் ஒரே சமயத்தில் அம்முகங்களில் பூத்திருந்ததைக் கவனித்தேன்.

கோமதி என் கால்நூற்றாண்டு ஸ்நேகிதி. திருவண்ணாமலை அரசுக் கலைக்கல்லூரியில் நான் காமர்சும், கோமதி பாட்டனியும் படித்தோம். நான் எங்கே படித்தேன்? சும்மா கல்லூரிக்கு போய் வந்தேன். கோமதி தான் படித்துக்கொண்டே போராடிய தோழி.

கோமதி கல்லூரி மதிற்சுவற்றின் மீதேறி, ஈழத்திற்கு ஆதரவு குரல் கொடுத்துக் கொண்டிருந்த போதுதான் அவள் மீதான என் கவனம் குவிந்தது.

பேசிமுடித்து டீ குடிக்கப்போனபோது கைப்பிணைப்புக்கிடையே எங்கள் இருவரின் பின்புலமும் பரிமாறிக் கொள்ளப்பட்டது.

''நான் SFI-ல் இருக்கிறேன்''

'' உங்கள் சாத்வீக போராட்டங்கள் மீது நம்பிக்கையற்றவள் நான். மார்க்ஸிய- லெனினிய அமைப்புகளோடு சேர்ந்து இயங்கவே விரும்புகிறேன். தோழர் அ.மார்க்ஸ் என் ஆசான்.''

இந்த இருவேறு நிலைகள் எங்கள் நட்புக்கு எப்போதும் ஒரு தடையாகவே இருந்ததில்லை. இன்னும் தூரத்தை குறுக்கியிருக்கிறது. தேர்தலின்போது நாங்கள் நடத்திய வீதி நாடகங்களுக்கு கோமதியிடம் கெஞ்சி அனுமதி பெற்றிருக்கிறேன். குறிப்பாக ஜெயலலிதா கேரக்டருக்கு அவரைவிட்டால் அப்போது ஆளில்லை. எத்தனை நெருக்கடிகளிலும் கோமதி மிக தைரியமாக முன்னெடுத்த

கொள்கைகளும், நடைமுறைகளும் இப்போது நினைத்தாலும் சிலிர்ப்பூட்டக்கூடியவை.

கல்லூரிக்காலம் முடிந்து முப்பது வருடங்கள் கடந்துவிட்டன. இப்போது, நினைவின் நதிக்கரையிலிருந்து திரும்பிப் பார்க்கையில் கோமதி மட்டுமே எனக்கு மிஞ்சியிருக்கும் தோழி. மற்ற எல்லோரும் செட்டில் ஆகி, திருமணமாகி, குழந்தைபெற்று, கான்வெண்டுக்கு அனுப்பிக் கொண்டிருக்கிற சராசரிகளின் மிச்சமாக மட்டுமே எஞ்சி நிற்கிறார்கள்.

பல நாட்கள் நான் கோமதி வீட்டில் நடக்கும் மார்க்சியத் தர்க்கங்களில் பேராசிரியர் அ.மார்க்சின் மெல்லிய குரலின் உரத்த உரையாடல்களை கேட்டிருக்கிறேன்.

ஜான் ஆப்ரகாம் என்ற ஒரு கலகக்கார திரைப்பட இயக்குநரின் கனவுகளை இரும்புப் பெட்டிகளில் சுமந்து கொண்டு ஊர், ஊராக அலைந்த ஒரு சிறுகுழு ஒரு நாள் திருவண்ணாமலைக்கு வந்த போது, நான் வசித்த சாரோனின் அகலமான சபைத்தெருவின் மத்தியில் மூன்று இரவுகள் திரையிடலுக்கு ஏற்பாடு செய்தோம். ஒரு 16mm புரஜக்டரை அவர்கள் கையோடு தூக்கிக் கொண்டு வந்திருந்தார்கள்.

இரண்டாம் நாள் இரவு The Glass என்ற குறும்படம் திரையில் ஓடிக்கொண்டிருந்த போது கோமதி என் காதருகில் தன் ஒரு சொல்லைக் குவித்து சர்ச்கு முன் வரமுடியுமா என கேட்க, நாங்கள் இருவரும். அடுத்த பத்தாவது நிமிடம் அங்கிருந்தோம்.

''சொல்லுங்க கோமதி''

மௌனம், வெட்கம், கூச்சம் எதுவும் வந்து தன் முகத்தில் தேங்கிட ஒரு துளியும் இடம் விடாமல், ''பாண்டிச்சேரியில் இருந்து வந்திருக்கிற பையன் பேர் என்ன பவா?''

"அருணன்"

"எனக்கு அவனை ரொம்பப் புடிச்சிருக்கு. அவனுக்கு இன்னும் கல்யாணம் ஆகலைன்னா நாங்க ரெண்டு பேரும் சேர்ந்து வாழறோம்..."

யோசிப்பதற்கெல்லாம் நேரமில்லை. The Glass முடிந்து அடுத்தபடம் முடிவதற்குள் நான் அருணனிடம் பேசி முடித்து சம்மதம் வாங்கியிருந்தேன். சமூகம் குறித்து ஒரே மனநிலையில் இயங்கும் இருவர் சேர்ந்து வாழ இதுவே அதிக நேரம்தான்.

குடும்பம், கோத்ரம், சொத்து, பழக்க வழக்கம் என பார்த்துப் பார்த்து நீளும் இந்திய திருமண பந்தங்கள்தான் நூல்கயிறுகள் போல சட்டென அறுந்து கொள்கின்றன. என் அருணனும் கோமதியும் மார்க்சியக் கொள்கையால் இணைக்கப்பட்டிருந்தார்கள்.

அடுத்த நாள் காலை கோமதியின் அம்மா ஒரு பருப்பு டப்பாவுக்குள் தான் சேர்த்துவைத்திருந்த 2000 ரூபாயை என் கையில் திணித்து என் முகத்தை ஏறெடுத்து "இதான் எங்கிட்ட இருக்கு, ஆனா, இருந்த எல்லாத்தையும் போட்டு அவளைப் படிக்க வச்சிருக்கேன். எப்படியாவது அவ கல்யாணத்தை முடிச்சிடுப்பா"

நான் அப்போது தற்காலிகமாய் பணியாற்றிய டேனிஷ் மிஷன் பள்ளியின் புகழ்பெற்ற ரெட் பில்டிங்கின் சென்ட்டர் ஹாலில் ஒரு சாயங்காலத்தில் தன் வயலினோடு பள்ளிக்கூடம் போய்க் கொண்டிருந்த காசி விசுவநாதனை வேட்டிகட்டி உட்காரவைத்து, பேராசிரியர் கல்யாணியை வரவழைத்து அவர்கள் இருவரின் வாழ்வின் துவக்கத்தைச் சமூகத்திற்கு அறிவித்தோம். தாலி கூட அல்ல பூ மட்டும் வைத்துக்கொள் என்ற அம்மாவின் சொல்கூட கோமதியால் தடுத்து நிறுத்தப்பட்டது. 'ரெட்ரோஸ்' என அப்போது எங்கள் ஊரில் அறிமுகப்படுத்தப்பட்ட ஒரு கேக்கும், டீயும் அத்திருமணத்திற்கு வந்த தோழர்களுக்குத் தரப்பட்டது.

போதாதா... வயலின் இசை, பேரா.கல்யாணியின் உரை, கூடவே ரெட்ரோஸ், டீ.

எல்லாம் முடிந்து அடுத்தநாள் காலை கோமதியின் அம்மாவைப் பார்த்து இரண்டாயிரத்தில் மீதி 600ரூபாயை திருப்பித்தந்தபோது அவர்கள் கண்கள் நிறைந்திருந்தன.

ஆயிற்று நண்பர்களே இருபத்திஐந்து ஆண்டுகள். கோமதி அந்தமானில் தன் தாவரவியல் டாக்டர் பட்டம் பெற்று, ஒரு ஸ்விட்சர்லாந்து நிறுவனத்தில் முக்கியப் பொறுப்பிலிருக்கிறார். தோழர் அருணன் சென்னை வானொலியில் அதிகாரியாய் இருக்கிறார். சொந்தவீடு, கார் என சில வசதிகளுக்கு இடம் தந்திருக்கிறார்கள். இருவர் இதயத்திலும் எரிந்துகொண்டிருந்த ஏதோ ஒரு கனல் இப்போது கனன்று கொண்டிருப்பதாக மட்டும் அவர்களுக்குத் தோன்றுகிறது.

ஒவ்வொரு புத்தகக் கண்காட்சியின் போதும் பொங்கல் அன்று காலை உணவு அவர்கள் வீட்டில்தான்.

குழந்தை வளர்ப்பு, தங்கள் பொது வேலைகளை மந்தப்படுத்தும் என்பதால் அதைத் தள்ளிப் போட்டுக்கொண்டே வந்தார்கள் இருவரும். விவாத சொற்கள் புறக்கணிக்கப்பட்ட பொழுதுகள் ஏராளம்.

என் மகள் மானசி, ஒரு சிறுமியாக கோமதியின் மீது ஏறி விளையாடிய பொழுதில்தான் அவர்களுக்கு ஒரு குழந்தையின் அதுவும் பெண் குழந்தையின் ஸ்பரிசம் எத்தனை மகத்தானது என்பதை உணரமுடிந்தது. உடைகளும், பரிசுகளும், மகள் மானசிக்குக் குவிக்கப்பட்டன.

இது போதாது கோமதி!

நான் என்ன செய்யட்டும் பவா, எல்லாம் காலதாமதமாகிவிட்டது. நான் ஐம்பதுகளில் நுழையப்போகிறேன். எனக்கும் ஒரு மகளின் ஸ்பரிசம் வேண்டும்.

நான் அவர்களுக்கு ஓவியாவைத் தத்தெடுத்துக் கொடுத்தேன். ஓவியாவுக்கு நான்தான் தாய்மாமன்.

தன் கல்லூரி நாட்களில் புத்தகம், இலக்கியம், சமூகம், மார்க்சியம், புரட்சி பேசிய இருவரும் தங்கள் முழு நேரத்தையும் தங்கள் மகள் ஓவியாவின் மழலையில் கரைப்பதாக, தூர இருந்து பார்ப்பவர்களுக்குத் தோன்றும். எனக்கு மட்டும் அப்படியில்லை.

ஏதோ ஒரு தேவையான தினத்தில் கோமதி ஒரு மதிற்சுவற்றின் மீதேறி போராட்டத் தூண்டுதலுக்கான சொற்களை விதைக்கலாம்.

தீ அணைந்துவிடவில்லை கனன்று கொண்டுதானிருக்கிறது.

இரு சனாதனவாதிகளுக்கான அஞ்சலி

ஜெயலலிதா

அப்போது எம்.ஜி.ஆர். உயிரோடிருந்தார். ஆனால் நோய்வாய்ப்பட்டிருந்தார். கொள்கை பரப்பு செயலாளர் என்ற பதவியிலிருந்த ஜெயலலிதா திருவண்ணாமலையில் நடந்த ஒரு பிரமாண்டமான பொதுக் கூட்டத்திற்கு வந்திருந்தார். அப்போதுதான் அவரை அருகாமையில் பார்த்தேன். வசீகரமான தோற்ற முடையவராக இருந்தார். பேச்சு அப்படியில்லை. எழுதி மனப்பாடம் செய்த உரையைப் போலிருந்தது. ஆனால் அதற்கே அவர் முன் கூடியிருந்த பல ஆயிரம் மக்கள் திரள் ஆர்ப்பரித்தது.

ஒரு ஆள் உயர வெள்ளி செங்கோல் அவருக்குப் பரிசாகத் தரப்பட்டது. அதை பெற்றுக் கொள்ளும்போது ஒரு புகைப்படக் காரனின் கூர்மையைப் போல நான் அவர் முகத்தை கவனித்தேன். பொங்கிப் பெருமிதம் வழிந்தது. இச்செங்கோல் எதிர்காலத்தில் என் அரியணைக்கானது என்ற உறுதியோடு அதை இறுக்கமாகப் பற்றிக் கொண்டார்.

காலம் அவரின் அப்பெருங்கனவை அப்படியே நிறைவேற்றித் தந்தது.

கூட்டுச் சிந்தனை, கூட்டு விவாதம், கூட்டு முடிவு என்றே வளர்ந்த ஒரு மார்க்சியவாதியான எனக்கு அவரின் ஆட்சிகளின் செயல்பாடு பெரும் அதிர்வைத் தந்தன. கிட்டத்தட்ட சர்வாதிகார முடிவு. தனிப்பட்ட மனுஷியின் அதிகபட்ச நிர்வாகத்திறன் என அவர்கள் கட்சிக்காரர்களாலும், சில ஐ.ஏ.எஸ். அதிகாரிகளாலும் அவர் செயல்பாடுகள் பாராட்டப்பட்டன.

அந்த இறுக்கம் தேர்தல் நேரத்தில் மட்டும் அவராலேயே கொஞ்சம் தளர்த்திக் கொள்ளப்பட்டதுண்டு. கூட்டணிக் கட்சிகளின் தோழமைத் தேவைப்பட்ட தருணங்கள் அப்போது மட்டுமே. அதிலும் பல மாறுதல்களையும், மீறுதல்களையும் மற்ற கட்சித் தலைவர்கள் சகித்துக் கொண்டார்கள். அதிகாரத்தில் இருக்கும் ஐந்தாண்டுகளிலும்

யாரையும் பொருட்படுத்தாமையை அவர் மீண்டும் மீண்டும் மீண்டும் செயல்படுத்தினார். கடந்த காலக் கசப்புகள், அரசியலின் பொருட்டும், அதிகாரத்தின் பொருட்டும் பல கட்சித் தலைவர்களால் சகித்துக் கொள்ளப்பட்டன.

ஆனாலும் சொந்த சாதி செல்வாக்கில்லாத, கட்சியின் அபாரமான செல்வாக்கை மட்டுமே நம்பி எப்போதும் கோலோச்சும் தலைவியாக தன்னைத் தகவமைத்துக் கொண்டவர் ஜெயலலிதா.

ரீட்டாராணி என்ற ஒரு அப்பாவிப் பெண், போலீஸ்காரர்கள், சிறைக் காவலர்கள் என பலரால் வேட்டையாடி முடிக்கப்பட்ட வழக்கின் விசாரணை அதிகாரியாக என் நெருங்கிய தோழியும், தமிழக காவல்துறையின் உயர் அதிகாரியுமான திலகவதி ஐ.பி.எஸ். நியமிக்கப்பட்டார்.

நூறு பக்கங்களுக்கு மேல் தட்டச்சு செய்யப்பட்ட அந்த அறிக்கையின் இறுதிப் பத்திகளை நான் படிக்கும் வாய்ப்பு கிடைத்தது. அது எவர் கண்ணீரையும் கோரும் வலுவுடையது அப்பெண்ணிற்கு ஐந்து லட்சரூபாய் இழப்பீடு வழங்கலாம் என அவர் பரிந்துரைத்திருந்தார்.

அப்போது முதல்வராயிருந்த ஜெயலலிதா அதை தன் ரோஸ் கலர் மையினால் அடித்துவிட்டு ஏழு லட்சம் என திருத்தியிருந்ததைக் கவனித்தேன்.

தனிப்பட்ட முறையில் அப்பாவிகளான பெண்கள்மீது அவருக்கு கருணையிருந்தது. ஆனால், அரசியல் ரீதியாக அவர்களை மேலெடுத்து செல்ல, அவர்கள் வாழ்வை மேம்படுத்த அவரிடம் பெரிய திட்டமோ, நோக்கமோ எப்போதும் இருந்ததில்லை. யோசித்து வடிவமைக்கப்பட்ட பல திட்டங்களும் அபத்தமானவைகளும், அலட்சியப்படுத்த வேண்டியவையும் மட்டுமே.

எம்.ஜி.ஆர். காலத்திலேயே தமிழ் மண்ணில் ஏற்கனவே பலமாக வேரூன்றியிருந்த அ.இ.அ.தி.மு.க.வை அதன் பிறகு அவர் இறுக்கி கட்டமைக்க வேண்டிய அவசியம் ஏற்படவில்லை. அதனால் அதன் பக்கம் அவர் கவனம் குவியவில்லை. அது தந்த மிகப்பெரிய பலத்தினால்தான் எந்த அமைச்சரையும், எந்த அதிகாரியையும் எப்போதும் அப்புறப்படுத்த, அரசியல் வாழ்வை விட்டே துடைத்தெறியும் வல்லமை அவருக்கு வாய்த்திருந்தது.

தோழமைக் கட்சிகளின் பலமே இவ்வெற்றியைத் தனக்கு ஈட்டித்தந்தது என்ற உண்மையை பதிவியேற்பு விழாவிற்கு முன்பே தன்னிடமிருந்து உதிரச் செய்வார். இந்த அதிகாரத்தை மக்கள் மட்டுமே தனக்குத் தந்தார்கள். இவர்கள் இல்லை என்பதை வெற்றிக்கு பின்பே எப்போதும் உணர்ந்தார்.

அதன்பின் அவர் புறக்கணிப்பு எவராலும் தாங்கிக் கொள்ள முடியாதது.

தன்னைச் சார்ந்தவர்கள் என அவர் நம்பிய பலருக்கும் அவர் காட்டிய சலுகைகள், அல்லது அவர் பெயரில் அவர்களாகவே அள்ளிக் குவித்துக் கொண்ட உடைமைகள் அவரை நம்பிய மக்களுக்கு அவர் செய்த துரோகங்கள். அடுக்கடுக்கான பல தவறுகள் ஒன்றன்பின் ஒன்றாக அணிவகுத்தன.

கடந்த ஆட்சியில் நிறைவேற்றப்பட்டது என்ற ஒரு காரணத்தினாலேயே புதிய சட்டசபைக் கட்டிடத்தை நிராகரித்தது, வரலாற்று சிறப்பு மிக்க அண்ணா நினைவு நூலகத்தை புறக்கணித்து அதை குட்டிச்சுவராக்கியது, உழவர் சந்தைகளை செயல்படாமல் ஆக்கி விவசாயிகளை வஞ்சித்தது என பல நிகழ்வுகளை அடுக்கிக் கொண்டே போக முடியும்.

2007-ல் மீண்டும் அவரை அருகிலிருந்து பார்க்கும் ஒரு வாய்ப்பு வந்தது. 'வம்சி புக்ஸ்' பதிப்பித்த மூன்று புத்தகங்களுக்கு ஒரே நேரத்தில் தமிழக அரசு சார்பில் விருதுகள் வழங்கப்பட்டன. பதிப்பாளர் என்ற முறையில் என் மனைவி கே.வி.ஷைலஜா அப்பரிசுகளையும், பத்திரங்களையும் பெற்றுக் கொண்டார்.

அந்நிகழ்ச்சி தொகுப்பாளர் அவர் பெயரை உச்சரிக்கத் தடுமாறியபோது,

"Publisher K.V.Shylaja' எனச் சொல்லுங்கள் என அவர் ஒலிபெருக்கியில் சொன்னார். அன்று அவர் உரையைக் கவனப்படுத்தினேன். எப்போதும்போல் ஏமாற்றமே மிஞ்சியது. தயாரிக்கப்பட்ட ஜீவனற்ற உரை அது. மனதால் எழுதப்பட்டதோ, ஆன்மாவால் உச்சரிக்கப்பட்டதோ அல்ல. அறிவுத் தளத்திற்கென்று அந்த உரையில் ஒரு சின்னச் சலுகைகூட இல்லை. அவர் எப்போதும் தமிழகத்தின் எல்லா தரப்பு மக்களையும் அ.இ.அ.தி.மு.க.வின் அடிமட்ட தொண்டர்களின் மன நிலையிலேயே வைத்திருக்க விரும்புகிறார் என புரிந்தது.

அதன் பின்பும் எதனாலோ அவரே வெற்றி பெற்றார். கடைசித் தேர்தலில் அவர் அடைந்த வெற்றி அவராலேயே நம்பமுடியாதது. விவசாயக் கடன்களை தள்ளுபடி செய்தது, மதுக்கடைகளைக் குறைத்தது என்ற அறிவிப்புகள் இவர் ஏதோ செய்ய வருகிறாரோ என்ற சிறு நம்பிக்கையை எனக்குள் ஏற்படுத்தியது, ஆனால் காவிரிப் பிரச்சனையில், இலங்கை இனப் படுகொலையில் அவர் காத்த மௌனம், அவர் இயல்பிலிருந்து இம்மியளவும் மாறவில்லை என்பதையே நமக்குச் சொன்னது. எப்போதும் போல் மரணம் முந்திக்கொண்டது.

சோ எனும் சனாதனவாதி...

என் அப்பா ஒரு தீவிர 'துக்ளக்' வாசகர். திராவிட இயக்கங்களின் மீது அவருக்கிருந்த ஒவ்வாமைதான் எப்போதும் காங்கிரஸ்காரனாக அவரை வைத்திருந்தது. அவருடைய எந்தக் கனவின் வடிகாலாகவும் காங்கிரஸ் கட்சி இல்லாமலானபோது துக்ளக் பத்திரிகையும், அதன் ஆசிரியர் 'சோ'வும் அவரைச் சுலபமாக ஈர்க்க ஆரம்பித்தார்கள்.

அப்பாவுக்கு அவரைப் பிடிக்கும் என்பதாலேயே என் சிறுவயதிலிருந்தே அவரை எனக்குப் பிடிக்காமல் போனது.

என் மார்க்சிய நூல்களின் வாசிப்பிற்குமுன் துக்ளக் ஒரு நடுநிலமையான அரசியல் பத்திரிகை என நானும் பல ஆயிரம் அதன் வாசகர்களைப் போலவே நம்ப ஆரம்பித்தேன்.

வெகு சீக்கிரத்தில் அது அப்படியில்லை அது முழுக்க முழுக்க ஒரு இந்துத்துவ சார்புடைய பத்திரிகை என்பதும், அதன் ஆசிரியர் சோ. ராமசாமி ஆர்.எஸ்.எஸ். சிந்தனையின் பிரதிநிதி எனவும் எனக்கு சுலபமாகப் புரிய ஆரம்பித்தது.

அதன்பிறகான என் துக்ளக் வாசிப்பு மிகுந்த கவனத்துடன் இருந்தது. வெகு சீக்கிரமே அதிலிருந்தும் விலக ஆரம்பித்தேன்.

அதன்பின் துக்ளக் வாசிக்கிறவர்களைப் பார்க்கும்போதெல்லாம் அவர்களின் போதமை குறித்து உள்ளுக்குள் சிரித்துக் கொள்வேன்.

சோ ராமசாமி தன் இறுதிநாள் வரை மார்க்சிய வெறுப்பும், திராவிட எதிர்ப்பும் கொண்டிருந்த சனாதனவாதியாகயிருந்தார். எதன் பொருட்டும் அவர் பார்வை அதிலிருந்து விலகியதில்லை.

வாஜ்பாயின் எளிமையைப்பற்றி பல பக்கங்கள் எழுதமுடிந்த அவரால் நிருபன் சக்கரவர்த்தியின் எளிமை குறித்தோ, மாணிக் சர்க்கார் பற்றியோ அச்சுதானந்தனின் அரசியலின் எளிமை குறித்தோ வாய்திறக்க முடியவில்லை.

தன்னை இந்துத்துவாவின் பிரதிநிதி என்று சொல்லிக்கொள்ள அவர் எப்போதுமே தயங்கினதில்லை. மாறாக பெருமிதமடைந்தார்.

அதிலும் உயர்சாதி மேட்டிமையைக் கட்டிக்காப்பதற்கு தன்னால் முடிந்தவரை கருத்தியல் உலகில் செயலாற்றினார்.

இத்தேசத்தின் சாமன்ய மனிதர்களின் வாழ்வு குறித்தோ, இருப்பு குறித்தோ தன் வாழ்நாளில் அவர் ஒருவரி எழுதினதாக எனக்கு நினைவில்லை.

ஜெயகாந்தன் மாதிரி பல எழுத்தாளர்கள் அவர்களின் எளிய வாழ்வின் மேன்மை பற்றியும், அதில் கசிந்த மனிதம் பற்றியும் பல நூறு பக்கங்கள் எழுதிய போதெல்லாம் அவர்களை, தன் கட்டுரைகளில் உதாசினப்படுத்தினார்.

'துக்ளக்' ஆண்டு விழா மேடை மாற்றுக் கருத்தாளர்களை அனுமதித்தாலும் இறுதியில் அக்கருத்துக்களை மறுத்து, இந்துத்துவ அறிவு ஜீவிகளின் ஒற்றைக் கருத்தை பிரதிபலிக்கும் மேடையாகவே இறுதிவரை நீடித்தது.

மார்க்சிய எளிமையை அவர் எப்போதும் பொருட்படுத்தத் தகுந்ததாக மதித்ததில்லை.

அவர் நேர்மையானவர் என்றும், அவர் பத்திரிகை நடுநிலைமையானது என்பதையும் ஒருபோதும் ஒரு படைப்பாளியாக நான் நம்பினதில்லை.

நேர்மை என்பதே என் பார்வையில் வேறு அர்த்தமுடையது.

என் பிரியத்திற்கும், மதிப்பிற்குமுறிய எழுத்தாளர் வண்ணநிலவன் அப்பத்திரிகையில் பல ஆண்டுகள் பணிபுரிந்தார் என்பதே என்னால் நம்பமுடியாததாக இருந்தது.

ஈழ பிரச்சனையில் துக்ளக் பத்திரிகையும், சோ ராமசாமியும் காட்டிய மூர்க்கத்தனமான எதிர்ப்பின் வெப்பம் தாங்காமல்தான் வண்ணநிலவன் அங்கிருந்து வெளியேறினார் என நினைக்கிறேன்.

கருத்தியல் ரீதியான எங்கள் வலிமையை எதிர்கொள்ள முடியாமல் எங்கள் எதிரிகள் இப்படி மரணத்தின் மூலம் தொடர்ந்து தப்பித்துக் கொள்வது எங்கள் விருப்பமல்ல .

மலையாள நவீன இலக்கியம் ஒரு சிறு அறிமுகம்

தகழியிலிருந்து சந்தோஷ் வரை

மலையாள இடதுசாரி இலக்கிய ஆளுமைகளென மூன்று பேரைச் சொல்ல முடியும். தகழி, கேசவ தேவ், வைக்கம் முஹம்மது பஷீர். இவர்கள் மூன்று பேருமே கட்சியோடு நிரந்தரத் தொடர்பில் எப்போதும் இல்லாதவர்கள். ஆனால் பிதரா தங்கள் எழுத்துக்களால் கேரள இடதுசாரி இயக்கங்களை வலுப்படுத்தியவர்கள்.

ஒரு படைப்பாளியின் ஆகச்சிறந்த பணி இதுவாகத்தான் இருக்க முடியும். தாங்கள் உள்ளூர நம்பும் ஒரு கொள்கையை நோக்கி தன் வாசகர்களை உந்தித் தள்ளுவது. இது சில சமயங்களில் நேரடியாய் வெளிப்படும்போது கலை அழிந்து புரட்சிகரமாய் மட்டுமே மிஞ்சுகிறது.

தகழியில் ஆரம்பித்து சந்தோஷ் ஏச்சிக்கானம் வரை நீளுமிந்த பாரம்பரியமிக்க நெடும் பயணத்தில் மலையாளத்தில் எழுதினாலும் இந்திய அளவில் மதிக்கப்பெறும் படைப்பாளிகள் எவரும் நேரடியான அரசியல் கட்சி உறுப்பினர்களோ, அதன் பிரச்சாரகர்களோ அல்ல. மாறாக, தங்கள் ஒற்றை வரியின் மூலமாகக் கூட தாம் உள்ளூர நம்பிய அரசியலுக்குத் துரோகமிழைக்காதவர்கள்.

இன்று இடதுசாரி அரசின் நம்பிக்கைக்குரிய படைப்பாளி அசோகன் செருவில் கூட தன் எழுத்தில் எந்த இடத்திலும் பிரச்சாரம் படிந்துவிடாத படி மன நுட்பத்தை காப்பாற்றிக்கொள்வதால் மட்டுமே அவர் மலையாள மொழி அறிந்த அத்தனை மனிதர்களாலும் மதிக்கப்படுகிறார்.

வைக்கம் முஹம்மது பஷீர், கேசவ தேவ், தகழிக்குப் பின் தன் எழுத்தின் மூலம் பெரும் வாசகப்பரப்பை அடைந்தவர்களென கவிதையில் சச்சிதானந்தனையும், புனைவில் எம்.முகுந்தனையும் குறிப்பிட முடியும்.

நக்சல்பாரி கருத்துக்களை தன் பயணத்தின் வழியென வைத்திருந்த சச்சிதானந்தன், தன் கவிதைகளில் அதை நேரடியாகத் திணிக்காமல்

மானுடத்தின் ஒட்டுமொத்த வலியை எழுதியதாலேயே அதிக கவனம் குவிக்கப் பெற்றார். கொஞ்சம் தவறி இயக்கத்தின்பால் அதீதமாக உந்தப்பட்டு அதன் நெறிகளைக் கவிதையாக்க முனைந்திருந்தால் அவர் பெயரும்கூட தவறவிட்டவர்களின் பட்டியலைச் சுலபமாகச் சென்றடைந்திருக்கக்கூடும்.

நினைவில் காடுள்ள மிருகம் கவிதையில் ஆரம்பித்து அவரின் பல கவிதைகள் மொழியைக்கடந்து பல மொழிகள் பேசும் மானுடர்களால் அங்கீகரிக்கப்பட்டதே இந்த விஷயத்தால்தான். அவரைத் தன் வழிகாட்டியாக இளம் வயதிலேயே ஏற்றுக்கொண்ட பாலச்சந்திரன் சுள்ளிக்காடும் தன் சுயமான கவிதைகளால் கேரள மக்களைத்தாண்டி தமிழ் வாசகர்களை அடைந்ததும் எதேச்சையானதல்ல. அதற்காக அவர்கள் பெரும் உழைப்பை, வாசிப்பை பலியாகத் தந்திருக்கிறார்கள்.

தான் நக்சல்பாரி இயக்கத்தில் சேர்ந்தது பிடிக்காத குடும்பத்திடமும் தன் தாயிடமும் விடைபெறுதலை ‘விடைபெறுதல்’ என்ற நீண்ட கவிதையின் மூலம் பாலச்சந்திரன் ஒட்டுமொத்த கேரள மக்களிடமும் பேசுகிறார்.

பு.க.ச.வின் இரண்டு மாநாடுகளில் பங்கேற்று கவனித்ததின் மூலம் கேரளாவின் மகத்தான புகழ்பெற்ற படைப்பாளிகள் பெரும்பாலும் இப்படி அறிவிக்கப்பட்ட எழுத்தாளர் சங்கங்களில் இல்லை. அதன் வெளியிலிருந்து அது வேண்டும் மக்கள் ஒற்றுமையை, மதவாத ஆபத்தை, உணவு அரசியலை, மிக நுட்பமாக தங்கள் எழுத்துக்களிலும் மிக வேகமாக தங்கள் உரைகளிலேயும் முன்வைக்கிறார்கள்.

இடதுசாரி எழுத்தின் பிரதிநிதிகளாக எம்.டி.வாசுதேவன் நாயரையும், பால் சக்காரியாவையும், நாம் முன்னிலைப்படுத்தாமல் இருக்க முடியாது; பல நேரங்களில் சக்காரியா இடதுசாரி அரசியலின்

நடைமுறையை விமர்சித்திருந்தாலும்கூட.

சக்காரியாவின் எழுத்து அச்சு அசலான இடதுசாரி எழுத்துதான். யேசுவை தன் நண்பனாக, மானுட ஜீவனாக அவர் சித்தரித்து எழுதிய பல கதைகளில் கூட மானுட வாழ்வே முன்னிலைப்படுத்தப்படுகிறது.

தன் எழுத்தின் துவக்கம் முதலே எம்.முகுந்தன் இடதுசாரி எழுத்தை மட்டுமே தன் இலக்கியமென பிரகடனப்படுத்துகிறார். மய்யழிக் கரையோரம், மலையாளத்தில் எழுதப்பட்ட அச்சு அசலான முற்போக்கு எழுத்தின் அடையாளம்.

சமூக அக்கறையும் மாநில மக்களின் வாழ்வின் மீது அன்பும் மனித குலத்தின் மீது பேரன்பும் கொண்ட எழுத்து அடைய வேண்டிய ஒற்றை இலக்கு இடதுசாரி அரசியலை நோக்கியதாக மட்டுமே இருக்க முடியும் என்பதற்கு இன்று மலையாளத்தில் தீவிரமாக எழுதிக்கொண்டிருக்கும் சந்தோஷ் ஏச்சிக்கானம், அசோகன் செருவில் அகிய இருபெரும் ஆளுமைகளை உதாரணம் காட்டமுடியும்.

தமிழில் வெளிவந்துள்ள அசோகன் செருவிலின் "இரண்டு புத்தகங்கள்" சந்தோஷ் ஏச்சிக்கானத்தின் பிரதியான "ஒற்றைக் கதவு" தொகுப்புகளின் வாசிப்பு நமக்கு மலையாள இலக்கியம் இன்று எதைப் பிரதிபலிக்கிறது என்பதை மிக நுட்பமாக ஒரு தமிழ் வாசகனுக்கு சொல்லிவிடக்கூடும்.

அச்சின் சூடு ஆறிப்போகும் முன் மலையாளத்தின் ஆகச்சிறந்த கதைகள் தமிழில் மொழியாக்கப்படுவது தமிழ் வாசகர்களுக்கு கிடைத்த வரம்.

அதிகாரம் வசப்படுகையில் தடுமாறும் கொள்ளை மனங்களின் அடவையும் கூட கண்டுபிடித்து எழுதும் வல்லமை எழுத்தாளனுக்கே வசப்படக்கூடியது. அதுவும் கூட இடதுசாரி எழுத்துக்கான அஸ்திவார பலம்தான்.

உதிரிப்பூக்கள்

மகேந்திரன்

இருபதாண்டுகளுக்கும் முந்தைய ஒரு நாளின் பின் பகுதியில் அந்த இலக்கிய விவாதம் ஆரம்பித்தது. இடம் நாமக்கல் மாவட்டம் பாலப்பட்டி என்ற அழகிய ஊர். இன்றைய தமிழ் இலக்கியத்தின் முக்கிய ஆளுமைகள் பலர் அவ்விவாதத்திலிருந்தார்கள். பின்னிரவு வரை நீண்ட அவ்விவாதத்தினூடே அப்படியே காலாற நடந்து போய் ஆற்று மேட்டில் ஏறி நின்றோம். எதிரே நிதானமாக காவேரி ஓடிக்கொண்டிருந்தது.

இங்குதான் 'உதிரிபூக்கள்' படத்தின் கடைசிக் காட்சியை எடுத்தார்கள் என என் சக எழுத்தாளர் ஒருவர் பரவசப்படுத்தினார். நான் ஆற்றில் இறங்காமல் கரையிலேயே வெகு நேரம் நின்று கொண்டிருந்தேன். உதிரிப் பூக்களின் கடைசிக் காட்சிகளை எனக்குள் கொண்டுவந்தேன்.

செண்பகமும் மானபங்கப் படுத்தப்பட்டாள் என்ற செய்தி அதுவரை பொறுத்திருந்த ஊர் மக்களை ஒன்று திரட்டுகிறது. அவர்கள் சுந்தரவடிவேலுவை (விஜயன்) மடக்கிபிடிக்கிறார்கள். அடுத்த காட்சி வெறிச்சோடிப் போன அந்தத் தெரு. வசனங்களோ, பின்னணி இசையோ இல்லை, பேரமைதி. பின் மேள தாளத்தோடு இசை. கூடுதலாக சுந்தரவடிவேலுடன் அவரின் இருகுழந்தைகளின் நடை. இசை மட்டுமே நம்மோடு பேசும்; வார்த்தைகளில்லை.

இதோ நான் நிற்கிற இந்த ஆற்றங்கரையில் நின்றுதான் சுந்தரவடிவேலு திரும்பி தன் ஊர் ஜனங்களைப் பார்ப்பார். ஏற்கனவே இறுகிப் போயிருக்கும் அவர் முகம் மேலும் இறுக, மூன்று வரி வசனம் மட்டுமே.

'நீங்க எல்லோரும் ரொம்ப நல்லவங்களா இருந்தீங்க.

இன்னிக்கி நான் என்னைப்போல உங்க எல்லோரையும் மாத்திட்டேன்.

நான் செஞ்சதிலேய பெரிய தப்பு இதுதான்.'

அவ்வளவுதான். என் பதினான்காவது வயதில் ஒன்பதாம் வகுப்பு படிக்கும்போது முதன் முறையாக உதிரிப்பூக்கள் பார்த்தபோது எதுவும் பிடிபடவில்லை. படத்தின் மெதுவான நகர்வு நான் அதற்கு முன் அறியாதது.

இருபது தடவைகளுக்கு மேல் இப்படத்தை வெவ்வேறு தருணங்களில் வெவ்வேறு மன நிலைகளில், வேறுவேறு இடங்களில் வெவ்வேறு வயதில் பார்த்திருக்கிறேன். ஒவ்வொரு முறையும் புதுசு புதுசாய் அதிலிருந்து எதையோ அடைந்து கொண்டேயிருக்கிறது மனம்.

ஒரு நல்ல கலைப்படைப்பு இப்படித்தான் செய்யும். பாரதி அப்படித்தான் எனக்கு.

'அழகிய கண்ணே' என்ற அந்த ஒரே பாடலில் அஸ்வினியின் உலகமே அந்த இரு குழந்தைகள் மட்டுந்தான், அதற்கும் அப்பால் அவள் போக விரும்பாதவள் என்பதை இதை விட நேர்த்தியாய் திரைமொழியில் வேறு ஒரு இயக்குநர் எப்படிச் சொல்லிவிட முடியுமென யோசித்திருக்கிறேன்.

அப்பாடலின் ஒரு கவித்துவமான வரிக்கு ஒரு கறுப்பும் வெள்ளையுமான ஆட்டுக்குட்டியின் துள்ளலை தன் எடிட்டிங்கில் இணைத்திருப்பார் இப்படத்தின் மூலம் அறிமுகமான எடிட்டர் லெனின். மகேந்திரன், இளையராஜா, லெனின், அசோக்குமார் ஆகிய கலைஞர்கள் சேர்ந்து படத்தை அதன் ஒவ்வொரு பிரேமிலுும நேர்த்தியாய் குழைத்திருப்பார்கள். முப்பதாண்டுகள் கடந்துவிட்ட போதிலும் இப்போதும் இப்படத்தைப் பார்க்கையில் அந்தரங்கமானதொரு துக்கம், கவிந்து கொள்கிறது. அம்மாவை இழந்து, ஆற்றில் அப்பா மூழ்கின தடமின்றி சற்று நேரத்தில் சகஜமாகி

ஓடும் ஆற்றையே வெறித்துக் கொண்டிருக்கும் அக்குழந்தைகளின் கண்களில் தெரியும் இழப்பும் வெறுமையும் எதிர்காலமும் என்றென்றும் என்னைப் புரட்டி போடுபவை. மகேந்திரன் அசல் கலைஞன்.

ஆனைக்கட்டியிலிருந்து குற்றிப்புரம் வரை...

இருள், பனிமூட்டம் போலவே சாலையை மூடத்துவங்கியிருந்தது. எதிரில் தென்படும் உருவங்களைப் பார்க்க வெளிச்சம் தேவைப்பட்டது. எங்கள் எல்லோரின் கவனத்தையும் சட்டென ஈர்த்தது ஒரு கறுப்பும், செவுலுமான காட்டெருமை.

பாதையின் வலப்புறமிருந்து வெளிப்பட்டு, தார் சாலையில் நின்று எதானலோ குதூகலப்பட்டு இரண்டடிக்கு எம்பி, குதித்து, துள்ளி, தென் திசை புதரில் இறங்கியக் காட்சி ஒரு உயிர் ஓவியம்.

நல்லவேளை நாங்கள் யாரும் செல்போன்களை எடுத்து அதை படம்பிடிக்க முயலாததொரு அநாகரிக விலகல்.

எங்கள் வண்டி ஆனைக்கட்டியை நெருங்கிக் கொண்டிருந்தபோது நான் என் ஸ்நேகிதி உமாபிரேமனை அழைத்தேன்.

வண்டியை அப்படியே வலப்புறமாத் திருப்புங்க பவா, எங்கள் மனிதர் ஒருவர் கறுப்பு சட்டையோடு நிற்கிறாரா?

நின்றார்.

மேடும், பள்ளமும், மரங்களும், ஓடையும், புதர்களும், கோழிகளும், மாடுகளும் நாய்களும் விதவிதமான மனிதர்களும் நிறைந்த அப்பிரதேசத்தில் நின்று உமாபிரேமன் எங்களை வரவேற்றார்.

இப்போது உமாபிரேமனின் சுயசரிதையை என் மனைவி ஷைலஜா ‘நிலாச்சோறு’ என்ற தலைப்பில் தமிழாக்கிக் கொண்டிருக்கிறாள். அல்லது அதில் கரைந்து கரைந்து எழமுடியாமல் தத்தளிக்கிறாள்.

உமாபிரேமன் என்ற அந்த மனுஷியின் அறை நிரம்பி வழியுமளவிற்கு அவர் வாங்கின கேடயங்களும், பதக்கங்களும், விருதுகளும் அங்கே ஒழுங்கின்றி கிடக்கின்றன. ஒரு புகைப்படத்தில் அவர் இந்திய ஜனாதிபதி பிரணாப் முகர்ஜியோடு ஒரு உணவு மேசையிலமர்ந்து உணவருந்தும் காட்சி என்னைக் கவனிக்க வைத்தது.

தன் சொந்த தாயாலேயே ஒன்றரை லட்சத்திற்கு தன் அம்மாவின் புருஷனுக்கே ஐந்தாம் தாரமாக விற்கப்பட்ட சிறுமி உமா என்ற சாமன்ய மனுஷி எப்படி இந்த உயரத்தைச் சென்றடைந்தார்?

ஒருவேளை திட மனம்கொண்டு 'நிலாச்சோறு' வாசிக்கையில் உங்களுக்கு ஒரு சிறுவிடை கிடைக்கலாம்.

இப்போது எங்களுக்காக உமா சேச்சி வாழையிலையில் வைத்து ஆவியில் வேகவைத்த நம்மூர் கொழுக்கட்டை மாதிரி இதுவரை நாங்கள் சுவைக்காத ஒரு உணவைத் தருகிறார். ஏனோ எங்கள் யாருக்கும் அதை சாப்பிடுகிற ஆர்வம் இல்லை. நாங்கள் பார்ப்பதில் ஆர்வம் கொண்டிருந்தோம்.

மனிதர்களின் மனதை வாசிக்கிற அம்மனுஷி ஒரு கதவை மெல்ல திறக்கிறாள். அது ஒரு நீண்ட ஹால். இருபதுக்கும் மேற்பட்ட படுக்கைகள். எல்லாவற்றிலும் மனிதர்கள். எல்லோரும் ஆண்கள். நான் கூர்ந்துபார்த்தேன். எவருமே இயப்பானவர்கள் அல்ல. நோயும், நோயிலான விளைவுகளும். பாதி கோமா, கண்கள் நிலைகுத்தி கூரையின் மேல் நிற்கும் ஒரு மலையாளி.

அவர்கள் எல்லோரும் எங்களுக்கு வணக்கம் சொன்னார்கள்.

வாருங்கள் சகாக்களே,

உங்கள் அன்றாடங்களை, உங்கள் அலுவலகத்தை, உங்கள் லௌகீகத்தை, உங்கள் ஏ.சி. அறையை, உணவு மேசை சாப்பாட்டை, உங்கள் பொருளீட்டலை, அதற்காக நீங்கள் தரும் நடிப்பை எல்லாவற்றையும் மீறி வாழ்வில் பட்ட அடியில் இனி எழுந்திருப் போமா என எந்த நம்பிக்கையுமற்ற எங்களை ஏதோ ஒரு பற்றுதலில் ஸ்பரிசித்து வைத்திருக்கும் இம்மனுஷியின் சொல்கேட்டு வந்த என் சோதரர்களே வருக"

என்பது போல அவர்களின் பார்வைகள் எங்கள் மீது நிலைகொண்டன.

கண்கள் எத்தனை மிருதுவானவை? பார்வைகள் எத்தனை கனிவானவை?

ஆனால் அப்பார்வைகளின் துளைப்பைத் தாங்க முடியாமல் நாங்கள் மெல்ல விலகினோம்.

உமா சேச்சி எங்களை அவதானித்தார் போலும், இடைவெளியின்றி அறையில் படுத்திருந்த திரைச் சீலையால் மூடப்பட்டிருந்த இன்னொரு படுக்கை மனிதனின் முன் எங்களை நிறுத்தினார். அவன் கண்களை உருட்டி எங்களை அளந்தான். நினைவுகள், சொற்கள், வாழ்வு எல்லாமும் கடந்த காலமாகிவிட்ட ஒரு பீகாரி சகோதரன் அவன்.

அவன்தானே நமக்கு சொற்பக் கூலிக்கு சல்லிசாக கிடைப்பவன்! அவன்தானே நம் பெண்களின் கழுத்துச்செயினை அறுப்பவன்! அவன்தானே நம்பெண்களை பாலியல் பலாத்காரம் செய்து கழுத்தறுப்பவன்! அவன் மட்டுந்தானே நம் வீடு புகுந்து திருடி, மாட்டிக்கொண்டு கம்பத்தில் கட்டிவைத்து அடிப்பதற்கு வசதியானவன்; கேட்பாராற்றவன்; ஜாதியில்லாதவன், பிழைக்க வழித் தெரிடயாமல் இன்னொரு மாநிலந்தேடி அலையும் அகதி.

அவர்களில் ஒருத்தன்தான் அவன். பெயர் பிரதீப். உமாசேச்சியேகூட அவர் அழைப்பதற்கு ஒரு லகுவான பெயரை அவனுக்கு இட்டிருக்கலாம்.

ஒற்றை ஆளாய் அவன் ஒருவனின் பார்வையை எங்கள் எவராலும் தாங்க முடியவில்லை.

உமாசேச்சி அவன் தலையை தடவிக்கொடுத்தார்.

பிரதீப்பே, இவர்கள் நம் சோதரர்கள்.

அவன் முகம் இன்னமும் இறுகிக் கொண்டது. வாழ்நாள் முழுக்க அவன் எதிர்கொண்ட துரோகத்தின் மிச்சம், இம்மனிதர்களிடமும்

இருக்கக் கூடும் என்ற கசப்பு.

"மரித்தல் வரை ஒருவருக்கொருவர் துணையிருப்போம் நான் முந்திக்கொண்டால் இவனும் அவன் முந்தி கொண்டால் நானும்"

இதன்பிறகும் கொஞ்சம் நேரம் நாங்கள் அந்த வளாகத்தில் சொற்களின்றி அலைந்து கொண்டிருந்தோம்.

நான் உமாசேச்சியை அணைத்துக் கொண்டேன். என்னிலும் குள்ளமான அவர் என் தோள்களில் சற்று நேரம் புதைத்தெழுந்தார்

பார்த்த அந்த ஆண்கள், பார்க்க போகும் பெண்கள், பிரதீப்...

நான் பிரதீப்பை முதன்முதலில் துபாயில் பார்த்தேன் பவா, எல்லோராலும் கைவிடப்பட்ட ஒருவனாய் முழு கோமாவில் கிடந்தான். யாருக்கும் அவன் உயிர்த்தலின் மீது நம்பிக்கையில்லை, என்னைத் தவிர.

அவனை விமானத்தில் அழைத்து வந்தேன். ஒரு நள்ளிரவில் அவனை இவ்விடத்திற்கு அழைத்து வரும் வழியெங்கும் மூன்று நான்கு யானைகளைக் கண்டேன். பாதையின் ஒரு புறத்திலிருந்து எதற்காகவோ ஒரு யானை தும்பிக்கை தூக்கி எங்களை ஆசிர்வதித்தது... அதன்பிறகு உமாசேச்சியால் பேசமுடியவில்லை எங்களாலும்தான்.

ஐந்தாவது கிலோமீட்டரில் "சத் தர்ஷனி"லிருந்தோம் என் நண்பர்கள் ஆனந்தும். மஞ்சுவும் அதைப் பராமரிக்கிறார்கள். அங்கிருந்து சில மைல்கள் தூரத்தில் தான் சிறுவாணி தன் உயிர்பித்தலைத் துவங்குகிறது.

சத் தர்ஷனில் அது குளிரில் தவழ்கிறது. ஒரு பெண்ணின் சில்லிடுதலைப்போல அது தன்னில் அமிழ வேண்டி மனிதர்களை நோக்கி கரம் நீட்டுகிறது.

தன்போக்கில் வளர்ந்த மரம், செடி, புதர்களுக்கிடையே ஆனந்தன் குடில்களை நிர்மாணித்திருக்கிறார்.

சிவப்புத்தரை போடப்பட்ட ஒரு பெரிய தியான மண்டபம் உங்களை அமைதியாக்கி ஒரு மூலையில் உட்கார வைக்கிறது.

உன்எதிரில்அமைதியாய்ஓடுவதைப்போலஏமாற்றும்இச்சிறுநதியைவிட,

எதிர்பக்க மரச்செறிவில் அசைவற்ற கற்பாறையைப் போல நின்றிருக்கும் ஒரு கொம்பனைவிட,

இயற்கையில் சகல அகங்காரத்தோடும் நிமிர்ந்திருக்கும் இப்பெரும் மரத்தின் நிமிர்த்தலைவிட,

நீ ஒன்றும் பெரிய ஆளில்லை மானிடா; அப்படி ஒரு பக்கமாய் உட்காரென அது நம் தோள் அழுத்தி உட்கார வைக்கிறது.

கோவையிலிருந்தும், ஈரோட்டிலிருந்தும், எர்ணாகுளத்திலிருந்தும் வந்திருந்த என் வாசகர்களுக்காக நான் கதை சொல்ல வேண்டும்.

நான் என்ன கதைசொல்லும் இயந்திரமா?

சொற்களை உதடுகள் திருப்பி அனுப்புகின்றன. இடையே உமாபிரேமன் என்ற அந்த மனுஷியை உதறிவிட்டு அக்காட்டெருமையின் துள்ளலிருந்து நான் என் கதை சொல்லலைத் துவங்கி மிக அற்பமாகத் தோற்கிறேன்.

வண்ணநிலவன் என்ற என் மனதின் மிக அருகாமைத் தோழனின் எஸ்தர், நாகம், பலாப்பழம்

ம்... ஹீம்... எதுவும் எனக்கு கைகூடவில்லை. பிரதீப்பும் உமாவும் கோமாவிலிருந்து மீளும் ஆயிரம் கண்களும் என்னை அலைக்கழிக்கின்றன.

என் வாசகர்களை நான் ஏமாற்றித் திருப்பி அனுப்புகிறேன்.

தன் எழுபத்திஐந்து வயதில் இதற்காகவே ஈரோட்டிலிருந்து வந்திருந்த ஜீவாவை நான் ஏறெடுத்துப் பார்க்கிறேன்.

அவர் என் கையிலிருந்து எதையோ கடத்த முயல்கிறார். சொற்களால் அலைக்கழிக்கப்பட்ட உடல் மௌனத்தை உதறுகிறது.

தூக்கம் வராத அப்பின்னிரவு வரை எனக்கு அக்காட்டெருமையின் துள்ளலும் உமாபிரேமன் என்ற அந்த விலைபேசி விற்கப்பட்ட ஒரு சிறு பெண்ணின் பிரவாகமும் பிரதீப்பின் கண்களும் சொல்ல வலுவற்ற வண்ணநிலவன் கதைகளுமாக மாறி மாறி இடம்பெயர்கிறேன். இடையே எங்கள் தங்குமிடத்தின் மையத்தில் செழித்து வளர்ந்திருந்த மூங்கில் புதர் இருட்டில் நின்றிருந்த கொஞ்ச நேரம் மட்டுமே உயிர்ப்பு நிரம்பியது.

2

அடுத்தநாள் அதிகாலை ஆற்றுக் குளியல். அதனூடே ஒரு அற்புதமான காலை உணவு. கயிறு கட்டி தொங்கவிடப்பட்ட வாழைக்குலையிலிருந்து நாங்களே பறித்துக் கொண்ட சுவையான சிறு பழங்கள்.

மூன்று கார்களில் ஆனைக்கட்டியிலிருந்து குற்றிபுரம் நோக்கி நாங்கள் பயணித்தோம். சிறு குளிரா, வெயிலா என வரைப்படுத்த முடியாததொரு மலைப்பயணம் அது.

"இங்கிருந்து மன்னார்காடுவரை இப்படியேதான் பவா சார், அப்புறம் தேசிய நெடுஞ்சாலை" பிரேம் பயணத்தின் முதல் வரியை இப்படி ஆரம்பிக்க,

'தேசிய நெடுஞ்சாலை, தேசிய டோல்கேட், தேசிய கீதத்திற்கு மட்டும் எழுத்து நிற்பது எல்லாம் குமட்டுகிறது பிரேம்''

பிரேமுக்கு மெல்லச் சிரிக்க மட்டுந்தான் தெரியும். ஆனைக்கட்டியிலிருந்து மன்னார்காடா? எனக்கு சட்டென, நாஞ்சில்

நாடனின் ஒரு கதை நினைவுக்கு வருகிறது. இதே பாறைதான். குண்டும், குழியும் மேடும் பள்ளமும், கட்டஞ்சாயாவும், பழம்போளியும், பரோட்டாவும் பீஃப் கறியும், மத்திமீனும் சிவப்பரிசிச் சோறுமாய் நீளும்பாதை.

ஆனால் ஒரு எழுத்தாளனுக்கு இது எதுவும் நினைவிலில்லை. கேரள சிவப்புநிற பேருந்தும், பயணிகளின் சலசலப்பின் மீது எரிச்சலுற்று அவர்களை மலையாளக் கெட்டவார்த்தைகளில் திட்டித் தீர்க்கும் அதன் ஓட்டுநரும்தான் நாஞ்சில் நாடனின் உயிர்ப்புகள்.

எரிந்து விழும் அவன் வார்த்தைகள் பயணிகள் ஒவ்வொருவரையும் அச்சமுற வைக்கிறது. அமைதியைக் கோருகிறது. பெரும் கூச்சலோடு கிளம்பும் வண்டி சட்டென நடுரோட்டில் நிற்கிறது. இதுவரைப் பயணிகளைப் பார்த்து கத்திக் கொண்டிருந்த அந்த டிரைவர் தன் இருக்கையிலிருந்து வெளியே தலை நீட்டி யாரிடமோ,

"பெட்டெந்நு போய்க்கோ மகளே" "பெட்டெந்நு போய்க்கோ மகளே"

இவ்வளவு கனிவானதொரு குரலும் இந்த ஓட்டுநருக்குத் தெரியுமாவென பயணிகள் ஆளாளுக்குத் தலை திருப்பிப் பார்க்கிறார்கள்.

அளவுக்கு மீறி இரையுண்டு, சாலையை மெல்லக்கடக்கும் ஒரு மலைப்பாம்பு.

இவ்வளவு கனிவான, பொறுப்பான, பாதுகாப்பான ஒரு தகப்பன் இருக்கையில் அதற்கென்ன? இன்னும் மெல்ல நகரலாம்.

அப்பாதையெங்கும் எனக்கு அந்த பேருந்து ஓட்டுநரின் குரலே கேட்டுக் கொண்டிருந்தது.

எத்தனை யோசித்தும் ஆண்களுடனான பயணங்கள் வெறுமை நிறைந்தவைதான். அடையும் தூரத்தைக் கணக்கிட வைப்பவை. பெண்கள் தான் பயணத்தை சுவாரஸ்யமாக்குகிறார்கள். சொற்களாலும், கண்களாலும் உயிர்ப்பூட்டுகிறார்கள்.

எங்கள் பயணம் உயிர்ப்புள்ளவை.

வழியெங்கும் தங்களுக்கான பூப்பூத்த காலம் ஒன்று இருந்ததை எல்லோருமே நினைவுபடுத்திக் கொண்டோம்.

மன்னார்காடு தேசிய நெடுஞ்சாலைக்கு முன்பே ஓர் ஊரில் பாலக்காடு மாவட்ட மார்க்சிஸ்ட் கட்சியின் மாவட்ட மாநாடு மிகுந்த கொண்டாட்டத்தோடு நடந்து கொண்டிருந்தது. செம்பதாகைகளும், உற்சாகமும், பெருங்கரை வைத்த புது வேட்டி, சட்டையில் சகாக்களின் நடமாட்டம். யாவரையும் கவனிக்க வைக்கும் கோலாகலம்.

நாங்கள் டீ குடிக்கவென பொய் சொல்லி வண்டியை நிறுத்தினோம். நான் ஆர்வ மேலிட்டால் அரங்கத்தினுள் நுழையப் போனேன். தோழர்கள் தடுத்து நிறுத்த,

''உள்ளே மாவட்டச் செயலாளரின் செயலறிக்கை வாசிக்கப்படுகிறது. இது கண்டிப்பாக உறுப்பினருக்கு மட்டும் தான்''

நான் கட்சியின் நடைமுறைகள் அறிந்தவன் என்பதால் திரும்பி நடந்தேன்.

தோழர் பினராயி விஜயன் சற்று முன் தான் மாநாட்டைத் துவக்கிவைத்துவிட்டு இங்கிருந்து போனார்.

''இப்போது எங்கிருப்பார்?''

''பக்கத்து விருந்தினர் அறையில்''

நான் என் நண்பரும், கேரள சாகித்ய அகடாமியின் செயலருமான தோழர். மோகனனை தொலைபேசியில் அழைத்து,

''உங்கள் முதல்வரைப் பார்த்துப் பேச வேண்டும்'' என்றேன். மார்க்சிய எளிமையும், படைப்பாளியின் உரிமையும் முதல்வர் என்பவரை இரண்டாம்பட்சமாக்கி, எங்கள் தோழர் என்பதை முன்னிலைப்படுத்தியது.

பதிலுக்குத் தாமதமானதால் எங்கள் பயணம் பகல் இரண்டு மணிக்கு பாரதப்புழயின் கரையோர நஜீப் குற்றிப்புரத்தின் வீட்டு மாமரத்தில் நிறைந்தது.

நஸ்ரின்...

நஜீபின் இளைய மகள், இருமாதங்களுக்கு முன் ஒரு மதிய உணவின்போது என்னைத் தொலைபேசியில் அழைத்து, தமிழும் மலையாளமும் கலந்ததொரு மொழியில்,

''பவா செறியச்சா, நான் நஸ்ரின்,

அப்பாவோட கடந்த பத்துவருடமாக பயணம் போற ஒரு ட்ராவலர் இருக்கார். பேரு அயாஸ்

அப்பா, அவனைப் பலமுறை வீட்டிற்குக் கூட்டி வந்திருக்கிறார். எனக்கு பல வகையிலும் அவனைப் பிடித்திருந்தது, அப்பா சொன்னார், 'இவன் உனக்கு நல்ல ஸ்நேகிதனுமாயும் கணவனுமாயும் இருப்பான் என நம்புகிறேன் நஷ்ரின்' என்றார்.

நானும் அதை வழிமொழிகிறேன். இப்போது அவர்கள் வீட்டிலிருந்து என்னை பெண் கேட்டு வந்திருக்கிறார்கள். ஒப்புக் கொடுத்தால், அடுத்து சம்மத சாப்பாடு.

நான், என் பவா சித்தப்பாவின் அனுமதியைப் பெறவே இப்போது உங்களை அழைத்தேன்.

நான் என் உணவுத் தட்டின் முன் தேம்பியழுதேன்.

இந்த உறவைச் சிதைப்பதற்காக ஒரு கூட்டம் தினம் தினம் மனிதத்தின் மீது கல்லெறிகிறது?

நான் என் மகளை தூரத்திலிருந்து உச்சி முகர்ந்தேன்.

இன்னும் மூன்று மணி நேரத்தில் அவளுக்குத் திருமணம்.

அது திருமணமல்ல; திருவிழா. ஒரு சமுகத்தின் எல்லா தரப்பு மனிதர்களும் கூடியிருப்பது திருவிழாதானே! எந்த ஆடம்பரமும் அல்ல. மூவாயிரத்துக்கும் அதிகமான மானுடத்திரள்.

மேடை எத்தனை அழகாய் அலங்கரிக்கப்பட்டிருக்கிறது நஜீப்!

அய்யோ பவா அது எங்கள் அலங்கரிப்பல்ல. நாளைக்கு இம் மண்டபத்தில் நடக்கவிருக்கும் ஒருவரின் கல்யாணத்திற்கான அலங்கரிப்பு. நாம் பயன்படுத்திக் கொள்கிறோம்.

மணமகளே வரவேற்பில் நின்று எல்லோரையும் வரவேற்கிறாள்.

எந்தச் சம்பிரதாயங்களுமின்றி ஆறு மணிக்கு மூவாயிரம் பேரில் அவருக்கு முக்கியமான முப்பது பேர் மேடைக்கு அழைக்கப்பட்டு அமர்த்தப்படுகிறார்கள். அந்த முப்பது பேரில் பவா சித்தப்பாவும் உண்டு தானே!

அதற்கு முன் ஆட்டிசத்தால் சிதைவடைந்த ஒரு பெண் சக்கர நாற்காலியில் மேடையில் அமர்த்தப்பட்டு அவள் எழுதிய ஒரு கவிதைத் தொகுப்பு வெளியிடப்படுகிறது.

மத்தியப் பிரதேசத்தின் சமூகப் போராளி தோழர். தயாபாய் முதல் பிரதியை வெளியிடுகிறார்.

திருமண அரங்கம் அமைதி காக்கிறது.

நாங்கள் அது வரை சாப்பிட்டிராத உயர்ந்த அசைவ விருந்து அத்தனை பேருக்கும் பகிர்ந்தளிக்கப்படுகிறது.

நஜீப் என்னிடம் சொல்கிறார்.

என்னைப் பொறுத்தவரை திருமணக் கூடுகை என்பது ஒரு நல்ல உணவை முன் வைத்தே. சிறுவயதில் நம்மில் பலருக்கும் கிட்டாதது.

இதற்கு எவ்வளவு செலவழிக்கவும் நான் எப்போதும் சித்தமுள்ளவனாயிருப்பேன்.

தற்போது கேரளா உணவுத்துறை அமைச்சர் ஜலீல், நஜீபின் ஊர்க்காரனும், வகுப்புத் தோழனும், மார்ச்சிய சிந்தனையாளனுமானவன்.

கட்சி உறுப்பினராக இல்லாதபோதும் கேரள இடது சாரி அரசு அவருக்கு மந்திரி சபையில் இடம் தந்து கௌரவிக்கிறது.

ஜலீல் தன் மனைவி, மகள்களோடு வந்திருந்து அந்த மூன்று மணி நேரமும் அங்குமிங்கும் அலைந்து சக மனிதர்களின் கைபற்றிக் கொண்டிருந்தது தோழமையின் எளிய அடையாளம்.

அத்திருமண நிகழ்வுகள் நிறையும் வரை நஜீப் என் கைப்பிடித்ததை விடவில்லை என்பதை வீடியோ பதிவு செய்த நண்பன் வெயில் எனக்கு காட்டியபோது நான் சக மனித அன்பில் பேச்சற்றுப் போனேன்.

அடுத்த நாள் காலை எங்களை காபி நிரப்பப்பட்ட குவளைகளோடு எழுப்பியதில் ஒருவர் மணப்பெண் நஸ்ரின்.

நேற்றிரவு திருமணம் முடிந்த பெண் என்பதற்கான ஒரு சிறு அடையாளமும் அவள் உடம்பில் இல்லை. பலருக்கும் அவள்தானா என்ற சந்தேகமும் கூட.

அவள் எனக்கு காபி தருகையில், ''நேற்று இரவு போட்டிருந்தது திருமணத்திற்கான புது உடை சித்தப்பா அவ்வளவுதான், நான் இவ்வீட்டின் அதே நஸ்ரீன்தான்'' என்கிறாள்.

வாழ்வை எத்தனை இயல்பாகவும் எளிமையாகவும் எதிர்கொள்கிறது இக்குடும்பம்!

சில உள்ளூர் நண்பர்களின் வீடுகளுக்கு நாங்கள் அழைத்துப் போகப்பட்டோம். ஐநூறு மீட்டருக்கு செடிகளும் பூக்களுமான ஒரு

பாறை. குளிர்ச்சியை அருந்தி முடித்து நிமிர்ந்தால் ஒரு சிறு வீடு. முற்றத்தில் மங்கிக் குல்லா போட்டு நாற்பது வயதில் ஒரு மனிதன் ஈசி சேரில் சாய்ந்தமர்ந்து ""Marxiam Always right" என்ற புத்தகத்தை ஆழ்ந்து படித்துக் கொண்டிருக்கிறார்.

படித்துக் கொண்டிருந்த புத்தகத்தை ஓரத்தில் மடித்துவிட்டு எங்கள் ஒவ்வொருவரையும் சேர்த்து அணைத்துக் கொள்கிறார்.

எங்கள் அறிமுகம் உரையாடலாகத் தொடர்கிறது.

விடைபெற்று, திரும்பும் போது நஜீப் சொல்கிறார்.

"பவாண்ணா, இவர் இன்னும் சில நாட்களே உயிரோடிருப்பார். கேன்சர்"

நான் சட்டென திருப்பிப் பார்க்கிறேன்

விட்ட பக்கத்திலிருந்து மார்க்சியத்தைத் தொடர்கிறார் அவர்.

கொள்கை சார்ந்த மனிதனின் வாழ்வு மரணத்தின் சமீபத்திலும் அர்த்தப்படுகிறதுதானே!

இப்போது குற்றிபுரத்தில் மிகப்பெரிய அளவில் கட்டப்பட்டு கொண்டிருக்கிற ஒரு மருத்துவமனையின் முன் நிற்கிறோம்.

அதைக் கட்டியெழுப்பும் தோழர்கள் ஒவ்வொருவரும் அதன் நோக்கம், பரப்பளவு, அறைகள், வசதிகள் என அடுக்குகிறார்கள். எங்களுக்கு முன் அவ்விடத்தில் வந்து நின்று அதன் வரைபடத்தை எங்கள் முன் நீட்டி விளக்கம் தருகிறார், அந்த மார்க்சியம் ஆல்வேஸ் ரைட் தோழர்.

எத்தனை சமூக அக்கறையோடும், மனிதப் பேரன்போடும் இவர்கள் பிணைக்கப்பட்டிருக்கிறார்கள்.

விடைபெறும் கை குலுக்கலின்போது நஜீப்பிடம் கேட்டேன்.

"சரி நஜீப், மாப்பிள்ளை எங்கே?"

"திருமணம் முடிந்து அவன் நேற்றிரவே கோழிகோட்டிற்கு பஸ் ஏறிவிட்டான்"

"ஏன் நஜீப்?"

"அவனும் வீட்டிற்கு வரவா என ஆர்வத்தோடு கேட்டான்"

நான் நஜீப்பின் குறும்பான புன்னகையைப் பார்த்துக் கொண்டிருந்தேன்.

"வரலாம், ஆனா நீ இக்குளிரில் வெளியில் மாமரத்தடியில்தான் படுக்க முடியும்."

"ஏன் நஜீப்?"

"என் தமிழ்நாட்டு நண்பர்கள் பதினைந்து பேர் வந்திருக்கிறார்கள். எல்லா அறைகளையும் அவர்களுக்குத் தந்தாகிவிட்டது."

"குளிருக்குப் பயந்து பையன் கோழிக்கோட்டிற்கு பஸ் ஏறிவிட்டான் பவாண்ணா"

பங்குகறிக்கறியும் பின்னிரவுகளும்

இதுவரை அம்மாவின் நினைவையும், அவள் தந்துவிட்டுப் போயிருக்கும் ருசியையும் சேர்த்து மீட்டெடுக்காமல் உணவைப் பற்றி என்னால் ஒரு வரியையும் எழுதிவிட முடியாது.

நேரந்தவறாமல் ஒரு நாளைக்கு மூன்று வேளை உணவு, இரண்டு வேளை காபி, டீ என்ற வரையறைகள் நல்உணவிற்கு எதிரானவை.

எப்போது ஒரு ருசியான உணவின் மீது ஆர்வம் மேலிடுகிறதோ, அதன் தேவை வேண்டி நாக்கு நம்மிடம் யாசிக்கத் துவங்கும் முன் அவை நம் உணவுத் தட்டிலிருக்க வேண்டும்.

எப்போதும் என் அம்மா அப்படித்தான். எங்கள் முன் ருசியான உணவை வைத்தாள். பல காலம் ருசியால் எங்களை அடைகாத்து வைத்திருந்தவள் அவள். அந்த அட்சயபாத்திரத்திலிருந்து ஒரு துளியை மட்டும் இப்பொழுது நான் வெளியே எடுக்கிறேன். அது குறைந்துவிடாமல் இன்னும் பல ஆண்டுகளுக்கு என் சொந்தச் சேமிப்பு கிடங்கிலிருக்க மனம் விரும்புகிறது.

நிலப்பரப்பின் பொருட்டு வேண்டுமானால் உணவை வகைப்படுத்தலாம். அந்த நிலப்பரப்பில் எதன் விளைச்சல் அதிகமோ அதுவே அப்பிரதேச உணவையும் தீர்மானிக்கிறது. எங்கள் பூமியில் மல்லாட்டை. (சரி வேர்கடலை அல்லது நிலக்கடலை) மல்லாட்டை, துவையலில் துவங்கி முருங்கைக் கீரை, கருவாட்டுக் குழம்பு வரை அதன் இருப்பின்றி ஒரு சாப்பாட்டையும் நாங்கள் ருசித்ததில்லை. இரவுச் சாப்பாடு பெரும்பாலும் மண் தரையில் பாய்ப்போட்டு தெருப்பசங்களோடு சேர்ந்து தான். சுடுசாதம் வடித்த பாத்திரத்தை அப்படியே அடுப்பிலிருந்து இறக்கி வந்து வைக்கோலால் ஆன பிரமனையின் மீது கிடத்துவாள் அம்மா.

ஒரு பெரும் தாம்பாளத்தட்டில் அம்மியில் அரைத்து உருட்டப்பட்ட மல்லாட்டைத் துவையல் உருண்டை இருக்கும். அது ஒரு சிறு பூசணிக்காய் அளவிற்கானது.

கழுவி முடிக்கப்பட்ட பத்திருபது எவர்சில்வர் தட்டுகள், இரண்டு மூன்று குடிநீர் சொம்புகள் அதன் அருகே இறைந்துக் கிடக்கும்.

அவ்வளவுதான், இரவு உணவு. லேசாக குழைக்கப்பட்ட ஆவிபறக்கும் சுடுசோறும் எவ்வளவுத் தேவையோ அவ்வளவு எடுத்துக் கொள்ளும்படியான மல்லாட்டைத் துவையலும் ஒரு ஓரமாக நல்லெண்ணெய் பாட்டில் ஒன்றும் வைக்கப்பட்டிருக்கும்.

மல்லாட்டைத் துவையலோடு சுடுசோற்றைச் சேர்த்து பிசையும் போது கை லகுவிற்கோ, நா வழுக்கிற்கோ நல்லெண்ணெய் தேவைப்படலாம். நான் ஒரு போதும் அதைச் சேர்த்ததில்லை. எங்கள் கொல்லை மேட்டில் மல்லாட்டையின் முதல் எதிரியே எள் தான். இப்படி நேர் எதிரிகள் இருவர் என் உணவுத்தட்டில் பகைமை பாராட்டுவதை எப்போதும் நான் அனுமதித்ததில்லை.

ஒவ்வொரு பிரதேசத்திற்குமென பிரத்தியேகமான ஒரு உணவு வாய்க்கும். ஆனாலும் வீடுகளில் வாய்க்கப்பெறும் உணவே தனித்துவமானது. எங்கள் வீட்டுக் களியையும், கறிக்குழம்பையும் தாண்டி உலகின் எத்திசையிலும் வேறொரு ருசியை இதுவரை சுவைத்ததில்லை.

அம்மாவின் தனிச்சிறப்பே எதற்குமே மெனக்கிடாததுதான். பகல் பன்னிரெண்டு மணிக்குதான் விறகடுப்பைப் பற்றவைப்பாள். சமைக்கும் போது அம்மாவுக்கு கூடுதலாக இரண்டு கைகள் முளைப்பதைப் பார்த்திருக்கிறேன்.

ஒரு அடுப்பில் கறிக்குழம்பைக் கூட்டுவாள். இன்னொரு அடுப்பில் களி கிண்டுவதற்கு சுடுத்தண்ணீர் கொதிக்கும். உதவிக்கு இன்னொரு ஆளை ஒருபோதும் அவள் அனுமதித்ததேயில்லை.

உங்களின் கவிதைப் பிரவாகத்தின் போது இன்னொரு மனுஷனை உதவிக்கு அழைப்பீர்களா?

முரட்டு பிடிவாதத்தோடு பல ஆண்டுகளாய் கட்டிக் காப்பாற்றும் அவளின் தனிப்பட்ட உலகத்தில் இன்னொரு ஆளுக்கு அனுமதியில்லை

தாம்பாளத் தட்டில் பத்திக்க பத்திக்க களி உருண்டைகளை உருட்டி வைப்பதற்கும், கறிக்குழம்பின் குழைவிற்கு, கொஞ்சம் 'ஏந்தல்' கத்திரிக்காயின் முழுமையைக் கொட்டி இறக்குவதற்குமான இடைவெளி ஒரு நிமிடத்திற்கும் குறைவானது.

சமையல் நிறையும் போது அம்மாவின் முகம் வியர்வையாலும் பெருமிதத்தாலும் பிரகாசிக்கும்.

சிற்பத்தின் கண்திறந்த வினாடி சிற்பியின் முகம் பார்த்திருக்கிறீர்களா?

அதுதான் அம்மாவின் அப்போதைய முகம்.

தட்டில் களியின் மேடு மறையும் வரை கறிக்குழுழம்பால் நிரப்புவாள்.

ஒரு மழைக்கால மத்தியானத்திலோ, வெய்யிலேறிய பகல் நேரத்திலோ நீங்கள் ஒரு முறை களியையும், கறிக்குழம்பையும் சாப்பிட்டுவிட்டால் போதும். வட தமிழ்நாட்டின் ஒரே ஒரு உணவிற்கு முன் உலகின் மிகச்சிறந்த நூறு சுவையான உணவையாவது ஈட்டுகட்டிவிடலாம்.

இக்கேழ்வரகுக் களியோடு போட்டி போட்டுச் சேரும் இன்னொரு குழம்பு, கருவாட்டுக்குழம்பு அதற்கும் சேர்மானம் ஏந்தல் கத்திரிக்காய் தான்.

மொதகெண்டை, நெத்திலி, கெழங்கா, பலாப்பொடி என்ற விசித்திர பெயர்களால் எங்கள் மக்களால் செல்லங்களாக அழைக்கப்படும் இச்சிறு உலர் மீன்களின் ருசி கத்திரிக்காய்களோடு குழையும் போது அது உலகில் யாருக்கும் கிட்டாத தனி ருசியை எங்களுக்குத் தரும்.

ஏர் ஓட்டியோ, அண்டை கழித்தோ, நாற்று பிடுங்கியோ, மத்தியானப் பசி குடலைப் பிடுங்கும்போது நீரோடும் வாய்க்காலில் குந்தி எங்கள் சம்சாரிகள் குண்டாஞ்சோற்றை, கருவாட்டுக் குழம்போடு சேர்த்துப் பிசைந்து உள்ளே தள்ளுவதை என் சிறுவயதில் வாய் பிளந்து நின்று பார்த்திருக்கிறேன்.

அம்மாவின் ருசியை அவள் எங்கிருந்து அறிந்து கொண்டாள் என்பதறிய அவள் இறக்கும்வரை கேட்டுப் பார்த்தேன். ஒரு பெருமிதப் புன்னகை. அவ்வளவு மட்டுந்தான்.

ஆட்டுக்கால் சூப் வைத்து, பத்திக்க பத்திக்க சொம்பு, சொம்பாய் வீட்டிலிருப்பவருக்குத் தரப்படும். சொல்லி வைத்தாற்போல் என் தட்டில் மட்டும் இரண்டு மூன்று கால் துண்டுகள் அமிழ்ந்து கிடக்கும். கை துழாவாலில் கால் தட்டுப்படும்போது அப்போதுதான் முதன் முதலாய் பார்ப்பது போல நன்றியின் பொருட்டு அம்மாவை ஒருமுறை பார்த்துக் கொள்வேன்.

இரவு முழுக்க ரா அடுப்பில் பூக்க வைக்கப்பட்ட ஆட்டின் கால்கள், அதனோடே சேர்த்து வேறொரு பாத்திரத்தில் ஊற வைக்கப்பட்ட மொச்சைக்கொட்டைகளோடு சேரும் சேர்மானம், எல்லா மனிதர்களுக்கும் கை வரம் பெறாத பெரும் வரம். அம்மா வரம் வாங்கி வந்திருந்தாள்.

ஆக,

ஆட்டுக்கால், மொச்சை சேர்த்து செய்யப்பட்ட குழம்பு, சோற்றுக்கும், தோசைக்கும் என பிரத்தியேகமாய் செய்யப்பட்டவை. ஒரு போதும் நாம் அவரசப்பட்டு அதனோடு இட்லியையோ, சப்பாத்தியையோ சேர்த்து அவமானப்படுத்திவிடக் கூடாது.

தான் இறப்பதற்கு ஆறுமாதத்திற்கும் முன் வீட்டிற்கு வந்த எழுத்தாளர். ஜெயகாந்தன் கேட்டார்.

ஷைலஜா, களிக்கு கூட தொட்டுக்க எது மிகச்சிறந்த சேர்மானம்?

கறிக்குழம்பு

கத்திரிக்கா, கருவாட்டுக் குழம்பு இல்லை என்பது போல உதடு சுழித்தவரிடம் ஒரு நிமிடம் அதை நீடிக்கவிடாமல்,

பண்ணைக்கீரை ஜே.கே. என்ற போது சட்டென மலர்ந்து 'அது' என அவர் இடிபோல் சிரித்தது இப்போதும் நினைவிருக்கிறது.

பண்ணைக் கீரையென்றால்?

எங்க ஊர் கொல்லைமேடுகளில் விதைக்கப்படும் வானம் பார்த்த விதைகளில் மானாவாரி மல்லாட்டை, கம்பு, கேழ்வரகு, எள்ளு, கொள்ளு, உளுந்து, துவரையென பட்டியல் நீளும். அதன் துளிர்த்தலுக்கும் முன் ஆறேழு பேர்களில் எங்களால் அடையாளப்படுத்தப்படும் இக்கீரைகள் முளைக்கும். அதன் ஊட்டம், முதன்மைப் பயிரைப் பின்னுக்குத் தள்ளிவிடும்.

மல்லாட்டைக்குக் களைவெட்டிக் கொண்டே எங்கள் பெண்கள் முன் மடியில் இக்கீரைகளை ஆய்ந்து போடுவார்கள். சிறுவயது நடுவயதுப் பெண்களின் மடிகளை விட ஆயாக்களின் மடிகளில் இருமடங்கு கீரை நிறையும். அக்கீரையைக் கடைந்து வடகம் போட்டுத் தாளித்தால் எட்டூரு பகையாளியும் நம் பங்காளியாகி ஒரு கிண்ணக் குழம்புக்காக வீட்டுவாசலில் காத்திருப்பார்கள்.

என் 'நீர்' கதையில் நான் பங்குக்கறிக் குழம்பைப் பற்றி சொல்லியிருப்பேன். பெரும்பாலும் பங்குக்கறி அகாலத்தில்தான் பங்கு பிரிக்கப்படும். விபத்திலோ, குள்ளநரியின் கவ்வலிலோ அடிப்படும் ஆட்டை ஒரு கயிற்றால் மரத்தில் தலைகீழாய் கட்டித் தொங்கவிட்டு, அதன் தோல் நீக்கி, குடலெடுத்து, ஈரல் பிரித்து, பிச்சியை நீக்கி அது ஒரு அறுவை சிகிச்சை நிபுணனுக்கும் கைவராது மக்கா,

ஆட்டின் எடைக்கு ஏற்ப பத்தோ, இருபதோ பங்கு பிரியல் நடக்கும். பங்குக்கறியின் சிறப்பே ஆட்டின் எல்லா உறுப்புகளும் சம விகிதத்தில் இருப்பதுதான். பிரிக்கும் கைகளில் நீரள்ளி கறிக்குவியலை உருட்டும் லாவகம், ஒரு கிரிகெட் மேட்சில் ஸ்பின் பௌலராலும் சாத்தியப்படாதது.

பங்குபிரித்து முடித்தவுடன், பிரித்தவன் கண்கள் கறி உருண்டையின் மீது நிதானமாக நகரும். மேடு பள்ளங்கள் இட்டு நிரப்பப்படும். தங்கம் அளக்கும் தராசில் நிறுத்தாலும் எடை கூடுதல் குறைச்சலாக இருக்காது.

அகாலத்தில் கதவு தட்டப்பட்டு கறி கைமாறும் அந்நொடியே, அது எத்தனை ராத்திரியெனினும் நாம் சமைக்கத் தொடங்கிவிட வேண்டும்.

நம் தாமதம், பங்குக் கறியின் கவுரதைக்கு இடப்படும் சவால். நீங்கள் கறியை ப்ரிஜீக்குள்ளோ, ப்ரீசருக்குள்ளோ வைத்தால் அது தன் ருசியை ஒரு நத்தையின் உடலைப்போல உள் நோக்கி உறிஞ்சிக் கொள்ளும்.

சுடுசோறும், பங்குக்கறிக் குழம்பும் பின்னிரவுகளுக்கு உகந்தவை. இதை திருட்டுக்கறி, களவாட்டு கறி என சொல்வது ஆடுகளை அவமானப்படுத்தும் சொற்கள்.

குழம்பு கொதித்தடங்கியதும், சுடுசோற்றோடு, தூங்கிக் கொண்டிருக்கும் வீட்டாட்களின் முகத்தில் தண்ணி தெளித்து எழுப்பி சோற்றுத்தட்டை நீட்டிப் பாருங்கள், பிறகு அவர்கள் காலத்திற்கும் ருசியின் அடிமைகள்.

நாம் சமைப்பதற்கு உலோக பாத்திரங்களையோ, மண் சட்டிகளையோ மட்டுந்தானே சார்த்திருக்க வேண்டியிருக்கிறது?

அதெல்லாம் இல்லை.

அடிப்பட்ட ஆடோ, மாடோ, மானோ மரத்தில் கட்டித் தொங்கவிடப்பட்டு கறி பிரிக்கப்படும். எலும்பையும், சதைகளையும் பிரித்தெடுத்து Boneless என்ற அவமானத்தை அவ்விலங்குகளுக்கு கிராமத்து ஆட்கள் ஒரு போதும் தருவதில்லை.

ஆக, சதையோடும், எலும்போடும் ஒரு அன்னக்கூடையிலோ, ஈச்சங் கூடையிலோ கழுவி அலசப்பட்டு கறி கொட்டப்படும்.

மசாலா சேர்த்து பிளாஸ்டிக் பாக்கெட்டுகளில் அடைக்கப்பட்டு கடைகளில் தொங்கும் பிராண்டட் மசாலாத்தூள் எங்கள் நாட்டு உணவுக்கு எதிரானவை.

காய்ந்த மிளகாயும், தனியாவும், கொஞ்சம் மஞ்சளும் சேர்த்து பதமாக உலர்த்தியெடுக்கப்பட்டு அரைத்தெடுக்கப்படும் மிளகாய் சாந்து, கூட கொஞ்சம் கல் உப்பு, சரியாக நீர் கலந்து கறியில் இச்சாற்றைப் பிரட்டி எடுக்கப்பட்டு அன்னக்கூடையிலேயே சில மணிநேரம் ஊற வைக்க வேண்டும்.

கறி நிறைக்கப்பட்ட அன்னக்கூடையைத் தூக்கிக்கொண்டு ஒரு சுடு பாறைக்குப் போய் விடவேண்டும். கழுவி முடிக்கப்பட்ட பாறையில் காய்ந்த விறகையும் சுள்ளிகளையும் கொண்டு ஆனமட்டும் எரியூட்ட வேண்டும். இப்போது கற்பாறையே நெருப்புப் பிழம்பாக மாறிவிடும்.

ஊற வைக்கப்பட்ட கறித்துண்டுகளை எடுத்து பாறையில் வீச வேண்டும். நீளமான மூங்கில்க் குச்சிகளால் அவைகளை பிரட்டி விட வேண்டும். வெந்ததும் வேகாததும் தீய்ந்ததுமாய் கிடைக்கும் பொன் வருவல் துண்டங்களை மெதுமெதுவாய் சூட்டில் வாட்டி ஒன்று போல ஆக்கி எடுத்து, ஏதாவதொரு பெரு மரத்தடியில் போத்துவா சாராயம் நிரப்பப்பட்ட குவளைக்குப் பக்கத்தில் இப்பொன்னிற துண்டங்களை அடுக்கி வைத்து...

மது விலக்கு இல்லையெனினும் இதற்கு மேல் இதை எழுதி விட முடியாது.

பங்குக் கறியும் பின் இரவுகளும்

எங்கள் ஊர் ஏரிகளில் பிடிபடும் சிறு மீன்களில் கெளுத்தியும் குறவையும் உளுவையும்தான் ருசியானவை.

கெளுத்தி என்றாலே அது கைவிரல் கனத்துக்கும் சற்று குறைவானதுதான். பெரும்பாலும் எல்லா கெளுத்தியுமே சினையுற்றிருக்கும்.

அம்மா அவைகளை செனக்கெளுத்தி என கையிலெடுத்துக் காண்பிப்பாள்.

முட்டைகளாலான அதன் அதீத ருசி ஏழேழு ஜென்மத்துக்கும் கிட்டாத ஒன்று.

நேற்றிரவே மண் சட்டியில் வைக்கப்பட்ட குழம்பில் இரவெல்லாம் மீனூறும். மூட்டப்பட்ட விறகடுப்பில் ஒரு சிறு இசை லயத்தோடு தோசை வார்க்கப்படும். குழிவிழுந்த தோசைகளை இம்மீன் குழம்பு கொண்டு மூடாக்கு போட்டுக் காத்திருந்து சாப்பிடு மகனே,

வாழ்ந்ததின் ருசியை முழுவதும் உணரலாம்.

கோழிகளால் நிறைந்திருக்கும் வீட்டின் சுற்றுப்புரமே எனக்கும் வாய்த்த காலம் அது. எத்தனை நள்ளிரவிலும் கோணங்கியையும், எஸ். ராமகிருஷ்ணனையும் தெருமுக்கில் பார்க்கும் நேரம், அது எத்தனை அகலமாயிருப்பினும் அம்மா ரெண்டு கோழிகளின் கழுத்திற்கு கத்தியைக் கொண்டு போவாள்.

இப்போது போல நாட்டுக்கோழி, பிராய்லர் கோழி என்ற வகைபாடு அப்போதில்லை. கோழி என்றாலே அது வீட்டில் வளர்க்கப்பட்டு பக்கத்து வீட்டுக்கு அத்துமீறி நுழைந்து ஊர் சண்டையை ஒட்டுமொத்தமாக இழுத்துக் கொண்டுவரும் போக்கிரிக் கோழிகள்தான்.

அறுக்கப்பட்ட கோழிகளை கொதிநீரில் குளிப்பாட்டி மஞ்சள் தடவி துண்டம் போட்டு,

அம்மா அதைக் கூட்டுகிற அழகே அருகிலிருந்து பார்க்கும் ஒருவனின் மன உறுதியைக் குலைக்கும். குழம்பு கொதித்தடங்கும் போது, லேசாக குழம்புசட்டியின் வட்டத்திற்கு நல்லெண்ணெயைக் காட்டுவாள். அது சுவைகூட்டும், ஓரத்தில் எண்ணெய் மிதக்கும். அது இன்னும் கறியின் கவிச்சியை சுத்தமாக இல்லாமல் செய்துவிடும் என அம்மா யாருக்கோ வகுப்பெடுத்தது காதில் இப்போதும் கேட்கிறது.

இதெல்லாம் ஒன்றுமில்லை. கேழ்வரகும், கம்பும் சரி சமமாய் சேர்த்து உரலில் இடிக்கப்பட்ட மாவை இரவு அம்மா அமிர்தத்தை கரைப்பது போல கைகொண்டு கரைத்து, ஒரு வெள்ளைத் துணியால் வேடு கட்டிவைத்து உறியில் தொங்கவிடுவாள். அது இரவெல்லாம் புளித்து காலையில் நுரைத்து இதுவரை மனிதகுலம் கண்டிராத ஒரு அதீத ருசியைத் தந்துவிடும் முனைப்போடு வீடெல்லாம் தன் மணம் பரப்பும்.

நீர்ஊற்றி கரைக்கப்பட்ட கூழில் பச்சைமல்லாட்டை பயறுகளை உறித்துப்போட்டு ரெண்டு சொம்பு குடித்துவிட்டு அதோடு செத்துபோகலாம். நிறைவான வாழ்விற்கு அது ஒன்று போதாதா மானிடா!

என் நான்கு வாசகர்கள்

எல்லா எழுத்தாளர்களுக்கும் இப்படித்தான் வாய்த்திருக்குமாவெனத் தெரியவில்லை. எனக்கு இப்படியான அபூர்வ வாசகர்கள் வாய்த்திருக்கிறார்கள்.

ஐந்து வருடங்களுக்கு முன் ஒரு மந்தமான காலையில் பெங்களூரிலிருந்து வீட்டிற்கு வந்து,

''பேரு கீதா சார், சொந்த ஊர் ஊத்துக்குளி. இப்போ பெங்களூர்ல ஐ.டி. ல வேலை பாக்கறேன். உங்க ஒவ்வொரு எழுத்தையும் அங்குல அங்குலமா வாசிச்சிருக்கேன்'' என பேசிக்கொண்டே அவர் கொண்டு வந்திருந்த பையிலிருந்து எனக்கு வாங்கி வந்திருந்த உடைகளை எடுத்து மேசையில் வைக்க, நான் அப்பெரிய பையில் மீதியிருந்த உடைகளை பார்ப்பதை கவனித்து,

''இதுவா சார்? இது காயத்ரி கேம்யூஸ் என்ற உங்கள் ஓவிய ஸ்நேகிதிக்கும.

இந்த புடவை பாட்டுகார லட்சுமி என்ற துக்கத்தின் தேவதைக்கும.

இது பினி பாஸ்கர் என்ற அப்புகைப்பட கலைஞனுக்கு..."

அவர் அடுக்கிக்கொண்டே போக சட்டென கண்கள் நிறைந்து கீதாவை மங்கலாகப் பார்த்தேன்.

அவர்கள் எல்லாம் என் '19.டி.எம்.சாரோனிலிருந்து' புத்தகத்தில் வரும் நிஜப்பாத்திரங்கள்.

ஒரு எழுத்தாளனின் கதாபாத்திரங்களுக்கும் சேர்த்து துணிகள் வாங்கி வந்த கீதாவின் மனநிலையை என்ன யோசித்தும் புரிந்து கொள்ளமுடியவில்லை. கீதா பழனிச்சாமி பிறகு கீதா சுரேஷ் ஆனபின்பும் இன்றளவும் அவர்களின் அன்பில் ததும்புகிறது 19.டி.எம்.சாரோன்.

2

"பவா இப்ப நான் எங்கயிருக்கேன்னு சொல்லுங்க?" என்ற தொலைபேசி குரல் முன்பு எப்போதோ கேட்டமாதிரி இருந்தாலும் அடையாளப்படுத்த முடியவில்லை. அதற்கு அவகாசம் தராமல் நான், 'ஸ்ரீ' என்கிறேன்.

அக்குரலும் அம்மனுஷியும் எனக்கு பரிச்சயமானதுதான். எப்போதும் படைப்பாற்றல் தெறிக்கும் ஒரு கட்டிடப் பொறியாளர் ஸ்ரீ.

பெங்களூரிலிருந்து பணி செய்ய கோவை வந்திருந்தபோது வாழ்வைப்பற்றிய அதுவரை வகுத்திருந்த எல்லா வரையறைகளையும் மீறப்பட்டவர்.

காற்று மாதிரி சுதந்திரமாய் பயணங்களில் சுற்றித் திரிபவள். ஒரு கட்டுவிரியன் பாம்பை கழுத்தில் மாலையாய் போட்டு காட்டில் அலையும் ஸ்ரீயின் ஒரு புகைப்படம் என் சேகரிப்பில் உண்டு.

"சொல்லு ஸ்ரீ."

"நான் எங்க நிக்கறேன்னு நீங்க சொல்லவேயில்ல"

"எனக்கெப்படி தெரியும் ஸ்ரீ?"

‘‘போன வாரம் நீங்க வந்து பேசின மதுரை அமெரிக்கன் கல்லூரி மரத்தடி’’

‘‘ஏன்?’’

‘‘சும்மாதான், நம்ம தல நின்ன மரத்தடி எப்படியிருந்திருக்குன்னு உணரத்தான்’’

ஸ்ரீ மாதிரியான மனுஷிகளை வாசகிகள் என்பதோடு என்னால் வரையறுக்கமுடியவில்லை. அதைத் தாண்டி வந்து அப்படைப் பாளியின் சுக துக்கங்களில், குடும்பத்தில், குழந்தைகள் மீது, தன் பிரியத்தை பூ மாதிரி தூவிக் கொண்டிருப்பவள்.

ஒரு படைப்பாளிக்கு அவன் எழுதிய கதைகளுக்கு இப்படிப்பட்ட பூத்தூவல்களும் உண்டுதானே!

3

திருச்சூருக்கருகில் உள்ளடங்கிய முண்டூர் என்ற குக்கிராமத்தை நாங்கள் சென்றடைந்தபோது மணி இரவு 12.30

அடுத்த நாள் காலை தாமதமாக எழுந்தபோது எனக்காக யாரோ மூன்று பேர் நீண்ட நேரம் காத்திருப்பதாகச் சொன்னபோது என்னால் நம்ப முடியவில்லை.

ஆனால் அது உண்மைதான். ஒருவர் சூர்யா மாஸ்டர். மற்றவர்கள் அவரின் சகாக்கள்.

என்னைப்பார்த்த விநாடி சூர்யா மாஸ்டர் பேச ஆரம்பித்தார்.

‘‘தேசாபிமானியில் வரும் உங்கள் பத்தி படிக்கிறேன்.எத்தனை மனோகரமான கட்டுரைகள் அது.’’ என் ஆச்சரிய பாவத்தை பார்த்தபடி அவர் தொடர்கிறார்.

நான் மறந்துபோன என கதாப்பாத்திர நண்பர்களை என் கண்முன்னே கொண்டுவருகிறார். எழுத்தின் சுழிப்பு ஒரு நதியின் சுழிப்பைவிட சுதந்திரமானது என்பதை தன் ஐம்பது வருட வாசிப்பனுபவத்திலிருந்து பகிர்கிறார்.

தன் டூ விலரில் என்னைப் பின்னால் உட்காரவைத்து அச்சிறு

கிராமத்தை சுற்றி காண்பிக்கிறார். தன் வீட்டின் முற்றத்தில் காய்ந்த மிளகு, தேங்காய் என சகலத்தையும் எங்கள் வண்டியில் நிறைத்த அவ்வாசக மனம் இன்றளவும் என்னை திகைக்க வைப்பது.

கடந்தவாரம் கைரளி தொலைக்காட்சியிலிருந்து நண்பர் பிரதிப் நாராயணன் ஒரு அதிகாலையில் அழைத்து கே.ஆர்.வினயன் என்ற அந்த புகழ்பெற்ற புகைப்படகாரரின் திருவண்ணாமலை வருகையைப் பற்றி சொன்னார்.

இவ்வுரையாடல் முடித்து தொலைபேசியை தனிப்பதற்கு முன் வினயன் தன் இரு தோழர்களோடு என் வீட்டிலிருந்தார்.

அடூரில் தொடங்கி மோகன்லாலின் ஒடியன் படம்வரை தான் புகைப்பட காரனாக பணியாற்றிய படங்களின் அனுபவ பகிர்தலில் நாங்கள் திளைத்திருந்தப்போது, மென் சுபாவமும், ஒரு புன்னகையால் உலகின் எல்லா பறிமாற்றங்களும் சாத்தியமே என உறுதியாய் நம்பியவருமான அனில் எங்களுக்கு கை சூட்டினூடே அறிமுகப் படுத்தப்பட்டார்.

அனில் மலையாளத் திரைப்படங்களுக்கு எழுதும் எழுத்தாளர். அவர் வசனம் எழுதிய படம் தான் கடந்த ஆண்டு தேசிய விருது பெற்ற திலீப் நடித்த படம். தேர்ந்த இலக்கிய வாசிப்பாளன்.

சக்காரியா, ஆனந், கல்பட்டா, சந்தோஷ், அசோகன் செருவில் என எழுத்தாளர்களின் பெயர்களில் எங்கள் உரைச்சக்கரம் சுழன்றது.

மதிய உணவு வேளை வரை சக்கரம் நின்றபாடில்லை. என்னைப் பற்றிய அறிமுகத்தை ஷைலஜா மலையாளத்தில் கடத்தினாள். பேச்சினூடே மலையாளத்தில் ராஸ்பெரி பப்ளிகேஷ்ன்ஸ் சார்பில் வெளிவந்திருக்கும் என் எல்லா நாளும் கார்த்திகை, நட்சத்திரம் ஒளிந்துகொள்ளும் கருவறை கதாப்பாத்திரங்களையும் கேட்டப்போது துள்ளிக் குதித்த அனில் அந்த உயரம் குறைந்த நாற்காலியிலிருந்து எழுந்து என் கைகளை இறுக்கிக் கொண்டார்.

''சார் என் குரல் ஞாபகமில்லையா ?''

"................."

"நான் அனில், உங்கள் சிறுகதைகளை மலையாளத்தில் படித்து முடித்த பின்னிரவில் உங்களை அழைத்து எனக்கு தெரிந்த அறைகுறைத் தமிழிலும் மலையாளத்திலும் சிக்கித்தவித்து மொழி வெளிவராமல் தவித்தேனே..."

என் காதுகளில் அப்பின்னிரவில் விசும்பலும், உரையாடலும் பிசிறின்றி மீண்டும் ஒலிக்கத் துவங்கியது.

"ஓ. அந்த அனிலா நீங்கள்? உலகம் எத்தனை சின்னது அனில்.?"

"ஆம் பவா சார். நான் எப்போதும் கனவிலும் நினைத்ததில்லை, உங்களை இப்படி ஒரு அசாத்தியமான சந்திப்பில் கைகோர்ப்பேனென"

கீதா, ஸ்ரீ, சூர்யா மாஸ்டர், அனில் மாதிரியான வாசகர்கள் தான் என் ஜீவிதத்தை சதா ஈரமாக்கி வைத்திருப்பவர்கள்.

பெரியாரின் தொடர்ச்சி கலைஞர்

தமிழ்நாட்டில் பேரறிஞர் அண்ணாவுக்குப் பின் வேறெந்த சமூக, அரசியல்தலைவனின் இறுதி அஞ்சலிக்கும் இத்தனை லட்சம் மக்கள்திரண்டதில்லை என அரசியல் விமர்சர்கள் கலைஞரின் இறுதி அஞ்சலிநிகழ்வை மதிப்பிடுகிறார்கள். கிட்டதட்ட தமிழ்நாட்டின் அத்தனைகிராமங்களும், நகரங்களும் தங்கள் இயல்பை அப்படியே நிறுத்திவிட்டுசென்னையை நோக்கி திரும்பியது. ஒரு மகத்தான தலைவனால் மட்டுமேஎந்த புற உந்துதல்களுமின்றி மக்களை இப்படி உந்தித் தள்ள முடியும்.

கலைஞர் கருணாநிதி நம் ஒவ்வொருவரின் மதிப்பீடுகளையும் மீறி உலகம் முழுக்க வியாபித்திருக்கும் மக்கள் மனதில் உறைந்திருந்தார். நீதிக்கட்சி, திராவிடக்கழகம்,

திராவிடமுன்னேற்றக்கழகம் என ஒவ்வொருகாலத்திலும் ஒவ்வொரு பெயரில் அடையாளப்படுத்தப் பட்டாலும், சமூகநீதி மறுக்கப்பட்ட மக்களுக்கான நியாயம் கேட்கும் அந்த இயக்கத்தின்குரல் காலத்துக்கு காலம் உரத்தும், தேய்ந்தும் இப்போதும் ஒலித்துக் கொண்டேதான் இருக்கின்றன. கடந்த நூறாண்டுகளை சமமாகநாம் பிரித்துக் கொண்டால் முன் பாதிக்கான போராட்டத்தை பெரியாரும், அண்ணாவும் முன்னெடுக்கிறார்கள். அவர்களிடமிருந்து கொள்கையையும்போராடும் குணத்தையும் அப்படியே சுவீகரித்துக் கொண்ட கருணாநிதிஅடுத்த ஐம்பதாண்டுகளை தன் தலைமையின் கீழ் முன்னெடுத்தார்.

அதில் நம் எதிர்பார்ப்புகளை மீறின சில சறுக்கல்கள் உண்டு. உலகம்முழுக்க தொடர்ந்து இயங்கும் அரசியல் இயக்கங்களில் இப்படியானசறுக்கல்கள் இல்லாத அரசியல் இயக்கம் எது? தன் முன்னத்தி தலைவர்களிடம் தான் பெற்ற தீயை இது நாள்வரை அணையவிடாமல்காத்ததுதான் கருணாநிதி என்ற ஆளுமையின் தனிப்பெரும் கம்பீரம்.அதனாலேயே மக்கள் அவரை தன்

நம்பிக்கைக்குரிய தலைவனாகதங்களுக்குள் அடைகாத்துக் கொண்டார்கள்.

திமுகவின் செயல் தலைவரும், கருணாநிதியின் மகனுமான மு.க.ஸ்டாலின் தன் தந்தையின் உயிரற்ற உடலுக்கு முன் நின்று ஒருட்விட் போட்டார். தமிழ் மக்களை ஒரு கணம் கலங்க வைத்த நான்குவார்த்தைகள் அது.

''தலைவரே, இப்போதாவது ஒரு முறை

அப்பா என்று அழைத்துக் கொள்ளட்டுமா?''

கலைஞரும், ஸ்டாலினும் திமுக என்ற பேரியக்கத்தின் இரு மூத்தஉறுப்பினர்களாகவே நடந்து கொண்டார்கள். எம்.எல்.ஏ.க்கானநேர்காணலில் தலைவர் கலைஞர், பேராசியர் அன்பழகன் முன் ஒருகல்லூரி மாணவனைப்போல ஸ்டாலின் நேர்காணலுக்காக அமர்ந்திருந்தஒரு புகைப்படம் ஏனோ இன்னேரம் நினைவுக்கு வருகிறது.

நேர்காணல் இல்லாமல்கூட ஸ்டாலினால் அந்த இடத்தை சுலபமாகஅடைந்துவிட முடியும். ஒரு ஜனநாயக இயக்கம் பொது வெளிகளில் அப்படிநடந்து கொள்ள முடியாது. அல்லது கூடாது என்பதை இருவரும்,அக்கட்சித் தொண்டர்களைப் போலவே நன்கு அறிந்திருந்தனர்.

தன் பதினாங்காவது வயதில் ஒரு மாணவனாக தன் கையில் கொடியை ஏந்திக்கொள்கிறார் கருணாநிதி. தன் தொண்ணூற்றி நான்கில் தன்மரணத்தின் போதும் இடைவிடாத தன் போராட்டத்தை அவர் நிறுத்திக்கொள்ளவில்லை. ஆட்சியில் இல்லாதபோது வேறு மாதிரியும் ஆட்சியில்இருந்த போது ஆதிக்க சாதித் திமிரையும், துரோகங்களையும் எதிர்த்துஅவர் போராட வேண்டியிருந்தது.

தன் வாழ்நாளில் தான் அதிகம் நேசித்த தன் அண்ணன் அண்ணாசமாதிக்கு அருகே தானும் விதைக்கப்பட வேண்டுமென

அவர் விருப்பம்ஆட்சியாளர்களால் சுலபமாக துடைத்தெறியப்பட எடுத்த எல்லாமுயற்சிகளும் சுலபத்தில் முறியடிக்கப்பட்டு, அவருக்கு மெரினாகடற்கரையில் அண்ணாவுக்கு அருகிலேயே கல்லறை என்ற முடிவுஎட்டப்பட்டபோது துக்கமே பெரும் ஆனந்தமாக மாறி, மு.க.ஸ்டாலின்தன் கண்ணீரை கைகள் கொண்டு அடைக்க முயன்றும், தன் கைகளைநீட்டி தன் கட்சியின் மூத்த தலைவர் துரை முருகன், தன் தங்கை கவிஞர்கனிமொழி இவர்களை தன் தோள்களில் அணைத்த காட்சிப்பதிவுஅத்தனை சுலபமாக கடந்துவிட முடியாத ஒன்று. அது காலத்தின்உறைநிலை. சமூக நீதியை எட்டுவதற்கான ஐம்பதாண்டு கால உழைப்புஅக்கண்ணீருக்கு பின்னிருக்கிறது.

உலகின் மகத்தான தலைவர்கள் அனைவருமே, தங்கள் மக்களிடம் பேசஏதாவதொரு முறையை தேர்தெடுத்துக் கொள்வார்கள். எம்.ஜி.ஆர் க்குஉடல்மொழியும் கையசைப்பும் மட்டுமே போதுமானதாக இருந்தது.

கலைஞர் முரசொலி என்ற தன் கட்சி பத்திரிக்கையில் 'உடன்பிறப்பே!' என தன் தம்பிகளை அழைத்து தன் எல்லா கருத்துக்களையும் பகிர்ந்து கொண்டார். எழுதி எழுதித் தீராத தன் பேனாவை சில சமயங்களில்ஓய்வெடுக்க வைத்து விட்டு மேடைகளில் பேச ஆரம்பித்தார்.

அன்பார்ந்த என ஆரம்பித்து சற்று இடைவெளி விட்டு கூட்டத்தின் மொத்தமௌனத்தையும் உள்வாங்கி

'என் உயிரினும் மேலான உடன்பிறப்பே'

என அந்த வாக்கியத்திற்கு அவர் கமா போடுகையில் எழுகிறகரவொலியை தமிழகத்தின் எல்லா நகரங்களும் கிராமங்களும் விழித்திருந்து கேட்டிருக்கின்றன.

காற்று அந்த கரவொலியின் வலிமையை டெல்லிவரை எடுத்துச் சென்றுசேர்த்திருக்கிறது. அதனாலேயே பல பிரதமர்களின்

உருவாக்கத்தில் இந்தஎளிய ஆனால் வலுவான திராவிட மனிதனுக்கு மகத்தான பங்கிருந்தது.

தந்தை பெரியாருக்கும், பேரறிஞர் அண்ணாவிற்கும் பல சமூக கனவுகள் இருந்தன. தீண்டாமை ஒழிப்பு, விதவைமறுமணம் எனத் துவங்கும்அப்பட்டியல் நாளுக்கு நாள் நீண்டு கொண்டேயிருந்தன. தான் முதல்வராகபணியாற்றிய 5 முறையும் வாய்ப்பு கிடைக்கும் போதெல்லாம் அதைஒவ்வொன்றாக நிறைவேற்றியவர் கருணாநிதி. அரசின் உள்ளிருந்துஎழுந்த எதிர்ப்புகளை அநாவசியமாக புறந்தள்ளினார்.

தெருக்களின் பெயர்மாற்றம், சாதியின் பெயர்களால் அடையாளப்படுத்தப்பட்ட அத்தனையையும் அப்புறப்படுத்தியது, வரலாற்றில் நிலைக்கும் நினைவிடங்கள் உருவாக்கம். வள்ளுவர் கோட்டம் துவங்கி வள்ளுவனுக்குகுமரிக்கடலில் சிலை வைத்தது வரை வேறெந்த அரசியல் தலைவனின்மூளைக்குள்ளும் உதிக்காத சிந்தனைகள்.

மக்கள் இவைகளை மறந்துவிடக்கூடாது என நினைக்கும்போதெல்லாம்மாநாடுகள், கவியரங்குகள் என தன் பகுத்தறிவு கொள்கைகளைகாலத்தின் முன் விதைத்துக் கொண்டே இருந்த மகத்தான தலைவர் அவர் மறந்து கொண்டேயிருப்பது மக்களின் இயல்பு, நினைவுப்படுத்திக் கொண்டுயிருப்பது கலைஞனின் கடமை என்ற வாக்கியத்திற்கு ஒரு வாழும் உதாரணமாக நாம் கலைஞரின் பொது வாழ்வை மதிப்பிடலாம். .

தொண்ணூற்றி நான்கு வயது மரணம் ஒரு மூப்பனின் மரணம், ஒருவயோதிக மரணத்திற்க்கான காத்திருப்பு என எம் தமிழ்மக்கள் யாரும்உதாசீனபடுத்த முடியாத மகத்தான மரணம் அது. வயோதிகர்கள்,பெண்கள், குழந்தைகள் என கூட்டம் கூட்டமாய் தன் தலைவனின் முகத்தை கடைசியாய் ஒருமுறை தரிசிக்க வேண்டி

தமிழகத்தின் எல்லா திசைகளிலிருந்தும் வந்து குவிந்தார்கள். திராவிடத்தின் பலம் தாங்காமல்சென்னை ஒரு நிமிடம் திணறிய காட்சியை உலகமே வியர்ந்து பார்த்தது.

கூவம் கரையோரங்களில் எந்த பாதுகாப்பும், சுகாதாரமுமின்றி குடிசைவீடுகளில் வாழ்ந்து தீர்த்த பல ஆயிரம் குடும்பகளை பல மாடி ஹவுசிங்போர்டு வீடுகள் கட்டி குடியமர்த்திய தன் தலைவனுக்கு அவர் ஒவ்வொருமுறையும் ஓட்டு கேட்க வரும் போது தங்கள் குழந்தைகளின் கையில்மலர்களை தந்து அவர் மீது தூவ வைத்து அழகு பார்த்த எளிய மக்களின்பேரன்புதான் இத்தனை லட்சம் மக்களை தன் தலைவனை வழி அனுப்ப கூட்டி வந்தது.

பலமுறை கட்சி உடைந்திருக்கிறது. தனக்கு நெருங்கிய பலரே துரோகத்தால்அம்மனிதனின் முதுகில் கூரிய கத்திகளை செருகியிருக்கிறார்கள். இனிஅவ்வளவுதான் 'திமுக' என்ற சொல் தொடர்ந்து அவரின் எதிரிகளால் ஒருஇயந்திர தொழிற்சாலையின் உற்பத்தி போல நிகழ்ந்திருக்கிறது. அவைகளைஒரு முற்றிய மரத்தின் உறுதியோடு தனக்குள்ளேயே ஏற்றுக் கொண்டு,

''என் உயிரிலும் மேலான உடன்பிறப்பே''

என பல லட்சம் மக்களின் ஆரவார வரவேற்பில் அந்த வலியைகரைந்திருக்கிறார்.

பெரியாரும் அண்ணாவும் கூட கலைஞர் அளவுக்கு களப்பணியையும், மக்கள்செல்வாக்கையும் பெற்றவர்கள் அல்ல.

பெரியார், தன் தொடர் பிரச்சாரம் மூலம் மக்கள் மனங்களை மெல்ல மெல்லவென்றுவிட முடியும் என நம்பினார்.

சட்டத்தை இயற்றுகிற கைகள் தனதாயின் இச்சமூக அவலங்களை ஏன்நிறுத்திவிட முடியாது? என அண்ணா நினைத்தார் ஆனால் அதற்கு வாய்ப்பளிக்காமல் காலம் அவரைத் தின்று தீர்த்தது.

இவர்களிலிருந்து எழுந்து வந்த கலைஞர், எழுத்து, பேச்சு, செயல், கலை,இலக்கியம், ஆட்சி, அதிகாரம், என சகல துறைகளிலும்

நின்றெழுந்துமக்களை தன் தொடர் செயல்பாட்டினால் மக்களை தன் பக்கம் ஈர்த்துக்கொண்டேயிருந்தார்.

திராவிட இயக்கங்கள் அதுவரை கட்டிக்காத்த மதச்சார்பின்மையை என்னகாரணத்தாலோ வாஜ்பாயின் அரசில் பங்கெடுத்ததின் மூலம் பலிகொடுத்தார்கலைஞர். ஆனால் நீண்ட வரலாற்றில் எந்த மகத்தான தலைவனுக்கும்அப்படி சில சறுக்கல்கள் இருக்குமென, அதை வரலாற்றின்பக்கங்களிலிருந்து நீக்கிவிடலாம்.

75 திரைப்படங்களின் உருவாக்கத்தில் பங்கெடுப்பு, பல நூறு நாடகங்கள், குறளோவியம், சங்கத்தமிழ், தொல்காப்பிய பூங்கா என இடைவிடாதஎழுத்துச் செயல்பாடு. கைகள் அனுமதித்த வரை எழுத்து, சொல்சிதறாதவரை உரை, என கடைசிவரை இயங்கிய ஒரு சமூகசெயற்பாட்டாளனாக தமிழ் சமூகத்தின் முன் உயர்ந்து நின்றவர்கருணாநிதி.

இதுவரை சுமார் 2 லட்சம் பக்கங்கள் அவரால் எழுதப்பட்டுள்ளதாக அறியமுடிகிறது. சலிப்பின்றி இயங்கும் ஒரு படைப்பு மனத்திற்கே இதுவெல்லாம்சாத்தியம்.

ஆட்சியிழப்பு, குடும்ப சண்டைகள், முதுமை, நோய்மை, தனிமை, புறக்கணிப்பு இவைகளின் முதல் கோரிக்கை பலியே எழுத்தும், பேச்சும் தான். எச்சூழலிலும் கலைஞர் அதை மட்டும் தன் இன்னொரு கண் போல் காத்துக்கொண்டார்.

பல உச்சங்களை தொட்ட அடுத்த நாளே பள்ளத்தில் வீழ்ந்திருக்கிறார். இந்தியாவிற்கு ஒரு பிரதமரை உருவாக்கிக் கொடுத்தக் கணத்தில் அவர்லோக்கல் போலீஸ்காரர்களால் ஒரு கிரிமினலைப் போல நடு இரவில்இழுத்து செல்லப்பட்ட காட்சி, அவர் எழுப்பிய மரண ஓலம், தமிழகமெங்கும்இருந்த மக்களை அச்சப்பட வைத்தது. உள்ளுக்குள் ஆத்திரப்பட வைத்தது. லுங்கி கட்டிக் கொண்டு சென்னை சிறை வாசலில் அவர் நடத்தியப்போராட்ட காட்சி எளிய

மக்களின் மனங்களில் பனி போல உறைந்திருந்தது.

அடுத்த தேர்தலில் அவரையே தங்கள் முதல்வராக பார்த்த பின்பே அந்த பனிஉருகியது எனலாம்.

வரலாறு நெடுக போராட்டங்களையே தன் வாழ்வு பக்கங்களில் குறித்துக்கொண்டார் கலைஞர். அவர் இறந்த பின்பும் அதன் ஒரு நாள் மிச்சமிருந்தது.

அது தான், தான் மரணித்து தன் புதையலுக்காக அவர் நடத்தியப் போராட்டம். அதிலும் அவர்தான் இறுதியில் வென்றார்.

உலகமே வாயடைத்த நின்ற அந்த கணம்தான், போராட்டங்களால் நிறைவுபெறுகிற வாழ்வு அத்தனை எளிதானது அல்ல என்றும், கனி அழுகி வீரியவிதையாக முளை எழுப்பி, விருட்சமாகி, ஆயிரம் ஆயிரம் பறவைகளை தன்தோள் மீது அமர்த்தி வைத்து ஒரு போரட்ட ஆசிரியனைப் போல தன் நீண்டநெடிய வாழ்வை பறவைகளுக்கும் கற்றுத் தரும். அப்படித்தான் கலைஞர் நம்முன்னே கம்பீரமாய் முன்செல்கிறார்.

காலம் தவறவிட்ட பெருங்கலைஞன்

என் தொலைபேசி மத்தியானத்திலிருந்து ஒலித்துக் கொண்டேயிருக்கிறது. சில அழைப்புகளை எதிர்கொள்ள திராணியற்றுத் தவிக்கிறேன். பல அழைப்புகளை எடுத்து விம்மல் ஒலியை கேட்டு அணைக்கிறேன். பவாண்ணா என்ற கேவலில் நம் பிரபஞ்சனை விட்டுட்டோமே என்கிற குற்றச் சொல் என்னை கிழ்நோக்கி அழுத்துகிறது.

எல்லோராலும் மரணம் எதிர் பார்க்கப்படுகிற ஒன்றுதான் என்றாலும், அது நமக்கு பிரியாமானவர்கள், நம் வீட்டு மனிதர்களை அழைத்துப்போக வரும்போது மட்டுந்தான் நாம் துடித்துப் போகிறோம்.

இன்று காலை அது தன் வாழ்நாள் முழுக்க ஒரு கையில் தன் அன்றாடத்திற்கான ரொட்டித்துண்டுகளை சேகரித்துக் கொண்டே மொத்த மானுட விடுதலைக்காக கீதம் இசைத்துக் கொண்டிருந்த ஒரு மகத்தான கலைஞனை அழைக்க வந்திருந்தது. முன்னமே அறிந்திருந்தால் அவரை அரண் அணைத்து மறைத்திருப்போம். எங்கள் சரீரத்தை அதற்கு தின்னக்கொடுத்திருப்போம். மனிதர்களைப் போல, அரசைப் போல மரணமும் எங்களை இன்று வஞ்சித்தது. குழந்தைகளுக்கு பலூன் கொடுத்து போக்குகாட்டி அது எங்கள் அப்பனை

எங்களிடமிருந்து பறித்தது. வெறும் கையோடு தெருவில் நிற்கிறோம்.

பிரபஞ்சனுடன் என் நட்பு இறுதி கால் நூற்றாண்டைக் கடக்கிறது. மனுஷ்யபுத்திரனின் ஒரு கவிதையைப் போல நாற்றுகளிடையே இட வேண்டிய இடைவெளி குறித்து துல்லியமான கணக்கிருந்தது எங்கள் இருவருக்கும். நீர் பெருகும் போதும், வேர் காயும்போதும் அது ஒரு விலகல்மாதிரியோ, அழுகல் மாதிரியோ மற்றவர்களுக்குத் தெரியலாம். ஒரு விவசாயிக்குத் தெரியும், அது வேர் பிடித்தல், பச்சையம் பெருகுதல், பயிர் எழும்புதல்.

இந்த உணர்வு பிரபஞ்சனோடு தொடர்பிலிருந்த ஒவ்வொரு படைப்பாளருக்கும், வாசகனுக்கும் எப்போதும் ஏற்பட்டிருக்கும். கருணை மிகுந்ததும், கருணையற்றதுமான இந்த வாழ்வை அதன் சகல அகங்காரத்தோடும் எதிர் கொண்டவர் பிரபஞ்சன். குரூரமான கோரப் பற்களை துருத்திக் கொண்டு வெளிவரும் அதனை எதிர்கொள்ள அவருக்கு ஒரு நல்ல காபி மட்டும் போதுமானதாயிருந்தது.

பிரபஞ்சன் 55, என்று அவருக்கு நாங்கள் ஒரு விழா எடுத்தோம். தமிழ் சமூகம் அவருக்குப் பங்களித்த 12 லட்ச ரூபாயை ஒரு ட்ரேவில் வைத்து பிரபஞ்சனை எடுத்துக் கொள்ளச் சொன்னோம்.

இதழோரம் துளிர்க்கும் வழக்கமான புன்னகையால் அவர் எங்களை ஏறெடுத்தார்.

நான் உரக்க குரலுயர்த்தி சொன்னேன்.

''இது உங்கள் பணம். இதை வங்கியில் போட்டு வட்டி வாங்கி சாப்பிடுங்கள் என ஒருபோதும் சொல்லமாட்டோம். நீங்கள் ஓய்வுபெற்ற அரசு ஊழியன் அல்ல. ஒன்றாம் தேதியை எதிர்பார்த்து வாழம

நீங்கள் கலைஞன், எழுத்தாளன், இந்நிமிடத்திலிருந்து இதை எடுத்து செலவழியுங்கள்.''

அரங்கம் எழுந்து நின்று ஆர்பரித்தது, அதைப்பற்றிக் கொண்டு மீண்டும் சொன்னேன்,

''செலவழித்தவுடன் சொல்லுங்கள், மீண்டும் தருகிறோம்.''

ஆசுவாசத்தோடும், பெருமிதத்தோடும், பிரபஞ்சன் தன் வாசகர்களைப் பார்த்த அக்கணத்தை புகைப்படக்காரன் சேலம் வேலு அப்படியே பதிவு செய்திருக்கிறான்.

லௌகீக வாழ்வின் அவலத்தை, போதாமையை கலைஞனையே பலிகேட்கும் அதன் அகோர பசியை அவர் தன் புறங்கையால் தள்ளினார். வாசிப்பும், எழுத்தும் அவரை ஒவ்வொரு நிமிடமும் அதிலிருந்து விடுவித்துக் கொண்டே இருந்தன.

பசியில் துவண்ட வயிற்றோடு அவர் எழுதிய கணங்களில் அப்பங்களோடு காத்திருந்த லௌகீகம் ஏமாற்றத்தோடு காய்ந்த அப்பங்களோடு திரும்ப வேண்டியிருந்தது.

எழுத்து அவருக்கு இரண்டாம் இடம்தான். முதலிடம் மனிதர்களுக்கு மட்டுந்தான். எல்லாத் தரப்பு மனிதர்களிடமும் அவருக்கு வாஞ்சையிருந்தது. வசதியாய் ஊரில் பெருத்த பணக்காரர்களிடம் ஒரு அசட்டையிருந்தது. தன்னைப்போல ஒருவேளை சாப்பாட்டை இழந்து வாழ்ந்தவன் மீது பரிவிருந்தது. அது மகத்தான மானுட பதிவு. அதுவே அவர் எழுத்து.

''மறைவாய் குளிப்பதற்கு ஒரு இடம் தாரும் கத்தாவே' என இறைந்து மன்றாடிய ஒரு பெண்ணின் குரல் கர்த்தரை எட்டுதவற்கு முன்பே பிரபஞ்சனை எட்டியிருந்தது.

இருபத்தி மூன்று வயது நிறைவதற்குள் நியாயம் கேட்க எழுந்த ஒரு இளம் நக்சலைட் தோழனின் சீரம் அற்ப போலீஸ்காரன்களால் குற்றப்பட்டுவிடக்கூடாது என்பதற்காக இன்னொரு மனித

போலீஸ்காரனை விட்டு துப்பாக்கியால் சுடவைத்து அவனை மரணத்தால் விடுவித்தது.

கேமராவில் ஃபிலிம் இல்லாமல் தன்னைப் புகைப்படம் எடுப்பதாய் ஏமாற்றுகிற இந்த போட்டோகாரனை ஐம்பது ரூபாய் கடன்வாங்கிக் கொடுத்து, பத்தாததற்கு, ''எங் கூட இருந்துட்டு போறீயா?'' என கேட்கவைத்தது.

தன் மனைவி ராணியின் மரணத்தின் போது சா நிழலின் பள்ளத்தாக்கில் நின்று சொன்னார்.

''நான் ராணிக்கு நல்ல கணவனாக ஒரு போதும் இருந்ததில்லை, ராணி வேறு யாரையாவது திருமணம் செய்திருத்தால் இன்னும் நன்றாக வாழ்ந்திருப்பாள்.''

உங்களுடன்தான் சார் வாழ்வை வாழ்ந்தார்கள் அவர்கள்.

பெண்குழந்தைகளற்ற அவர் நண்பர்களின் பெண் குழந்தைகளை பார்க்கிற போரதல்லாம் வாரி அணைத்து உச்சி மோந்து ஆசிர்வதிப்பார். அது இப்பிரபஞ்சத்தில் பிறந்த எல்லா பெண் குழந்தைகளுக்கும் சேர்ந்து ஒரு தகப்பன் பொழிந்த அன்பின் பெருமழை.

பெண்கள் எழுத வந்தபோது, தன் இருகரம் விரித்து தன் கதகதப்பான செட்டைக்குள் வாரி அணைத்துக் கொண்டார்.

அது ஒரு தாயின் கருவறை மாதிரி, அவர்களுக்கு பாதுகாப்பாய் இருந்தது.

கலைஞர்களை வெற்றிபெற்றவன், தோல்வியுற்றவன் என பிரிக்கத் தெரியாதவர் பிரபஞ்சன். அதற்கான அளவீடுகள் இன்னும் கடவுளுக்கு கூட வசப்படவில்லை என சந்தோஷப்பட்டுக்கொண்டார். ஆனால் மற்றவர்களின் மதிப்பீடுகளில் தோல்வியுற்றவர்களின் தலையை தன் பக்கமிழுத்து தன் மடியில் சாய்ந்துக்கொண்டவர்.

பிரபஞ்சனுக்கு எந்த மதிப்பீடுகளும் நிரந்தரமானவை அல்ல. எவரும் அவரை ஏமாற்றலாம். எவரும் மற்றவர்களைப் பற்றிய இழிவை, அவர் உடலில் குளூகோஸ் ஏற்றுவதை மாதிரி நீடில் கொண்டு ஏற்றிவிடலாம்.

ஏற்றிமுடித்த அடுத்த நொடி அதிலிருந்து உற்சாகமடைந்து, எந்த மனிதனின் இழிவை தன் மீது ஒருவன் ஏற்றினானோ அவனை நிராகரித்து, முன்னவன் மீது முன்னிலும் அதீத அன்புற்று அவனை மேன்மையால் இன்னும் மேன்மையுறச் செய்வார்.

இது மானுடப் பண்புகளிலேயே மிக உயர்வானது. எவராலும் கைக்கொள்ள முடியாதது. அபூர்வமாக பிரபஞ்சனுக்கு அது வாய்க்கப் பெற்றிருந்தது.

பாண்டிச்சேரியில் ஏழெட்டு வீடுகள், கள்ளுக்கடைகள், நிலபுலன்கள் என வாழ்ந்த பிரபஞ்சனின் அப்பாவின் லௌகீக சரிவு, பிரபஞ்சனை ஒரு வகையில் சந்தோஷப்படுத்தியது. மனிதர்கள் இப்படி செல்வத்தால் ஊதக்கூடாதென அவர் உள் மனம் சொல்லிக் கொண்டேயிருந்தது.

கொள்கைகள், கோட்பாடுகள் இயல்பாகவே ஒரு படைப்பாளிக்குள் பிடித்துவிடும், தான் மரண இருளின் பள்ளதாக்கில் நடந்தாலும் மானுடத்தின் விடுதலையை எளிய மனிதர்களின் பக்கம் நின்றே போராடி வெல்ல நினைத்தவர்.

தன் பலம் என்பது தன் எழுத்து மட்டுமே. வேறெதுவும் அற்றவன் நான். எனக்குப் பின்னால் சாதியோ, மதமோ, குடும்பமோ, பாரம்பரியமோ இல்லை. நான் மட்டுமே. எனக்குப் பின்னால் வெறும் வெளி மட்டுமே. என்னிலிருந்துதான் இம்மானுடத்திற்கு என் எழுத்து மூலம் ஒளியூட்ட வந்திருக்கிறேன். இதில் தோல்வியுற்றால் இம்மானுட விடுதலையின் தொடர்ச்சிக்கு என் சரீரத்திலிருந்தது

ஒளியையல்ல நெருப்பை வேண்டுமானால் எடுத்துக் கொள்ளுங்கள் என காலத்தின் முன் கம்பீரமாய் நின்று பெருங்குரலெடுத்து பிரகடனப்படுத்திய படைப்பாளி அவர்.

அறுபதாண்டுகளுக்கும் மேலான தன் படைப்பு வாழ்வில் தினம்தினம் லௌகீகதோடு மல்லுகட்டுவது அத்தனை சுலபமானதா என்ன? அதில் தோல்வியுற்று வீழ்ந்தவர்களே, பலியானவர்களே, அல்லது மற்றவர்களை பலிகொடுத்தவர்களே அதிகம்.

பிரபஞ்சன் இந்த அதிகார வெறியிலிருந்து ஒதுங்கி நின்று, ஒரு சிகெரெட் பற்ற வைத்துக் கொண்டு ஆசுவாசமாக அதை எதிர்கொண்டார்.

அந்த எளிய கலைஞன் மீது தமிழ்சமூகம் அன்பு கொண்டது. அவர் பசி என்று சொன்னபோது, அது ஒரு அன்னச்சத்திரத்தையே அவருக்காக அமைத்து தந்தது.

அவர் நோயில் உடல் தளர்ந்து படுக்கையில் சாய்கிறபோது, பல

மனிதர்கள் தங்கள் உடல்களால் முட்டுக்கொடுத்துத் தாங்கிக் கொண்டார்கள்.

பெருமிதமான படைப்பாளிதான் பிரபஞ்சன் நீங்கள். எங்களுக்கு அதைத்தானே வாழ்நாளெல்லாம் சொல்லிக் கொடுத்தீர்கள்! முதுகெலும்பு நிமிர்வதற்காக மட்டுந்தான் என உங்கள் சொற்களால் நினைவு படுத்திக் கொண்டேயிருந்தீர்கள். அதை எங்கள் சந்ததிக்கும் நாங்கள் கைமாற்றிக் கொடுக்க அணையா தீ துகள் ஒன்றை உங்களிடமிருந்து இப்போது எடுத்துக் கொள்கிறோம் பிரபஞ்சன்.